40 Short Stories in Tagalog for Intermediate Adult Learners

A2–B1. Real-World Situations About Work Challenges, Communication, Urban Life, Emotions, Short Journeys, and Personal Change

Disclaimer

This book is intended for educational purposes only.

While every effort has been made to ensure accuracy, the author and publisher make no representations or warranties regarding the completeness or accuracy of the content and assume no responsibility for errors or omissions.

Language Learning Notice

Language learning is a personal and progressive process. Results may vary depending on the reader's background, study habits, and level of practice. The author and publisher do not guarantee fluency or specific learning outcomes.

Trademarks

All trademarks referenced in this book are the property of their respective owners. The use of any trademark is for educational and informational purposes only and does not imply endorsement.

First Edition

Paperback ISBN: 979-8-9941308-4-1

Table of Contents

Download the English Translations

Important — Please read first.

You **do NOT need** these translations to fully enjoy, understand, or benefit from the book.

The stories were carefully written to be:

- Clear and easy to follow
- Suitable for beginners
- Enjoyable through context and repetition

Many readers choose **not** to use the translations at all—and still get **100% value** from the book.

Think of them as a **quick reference tool**, not a requirement.

They can help you:

- Quickly confirm the meaning of a sentence
- Clarify a specific phrase
- Avoid interrupting your reading to search a dictionary
- Build confidence when needed

Use them **only when you want**, and ignore them when you don't.

How to use this bonus effectively

1. Read the story in Tagalog first
2. Try to understand it through context
3. Only check the English version if you feel unsure
4. Go back to the Tagalog and continue reading

This way, you stay focused on **learning Tagalog,** not translating word-by-word.

Scan the QR below to download the PDF with the English translations.

(Optional bonus – use it as much or as little as you like)

Story 1: "Hay naku! Lunes na naman"

Tumunog ang alarm clock ni Ana sa ganap na alas-singko ng umaga. Gusto pa sana niyang matulog pero kailangan na niyang bumangon. "Hay naku! Lunes na naman," sabi niya sa sarili habang nag-uunat ng mga braso. Naglakad siya papunta sa kusina para magluto ng agahan. Nagluto siya ng itlog at nagtimpla ng mainit na kape. Habang kumakain, tinitingnan niya ang kanyang kalendaryo. Marami siyang pulong ngayong araw at trabahong kailangan matapos para maipasa sa kanyang boss. Pagkatapos kumain, naligo siya at nagsuot ng malinis na damit at kinuha niya ang kanyang bag at lumabas na ng bahay.

Pagdating sa kalsada, nakita niya ang mahabang pila sa sakayan ng dyip. Habang nakapila si Ana sa terminal ng dyip, nakita niya ang mga taong naglalakad at tumatakbo. Inggit na inggit si Ana dahil iniisip niya na hindi niya kayang mag-ehersisyo dahil sa kanyang trabaho. "Nakakainggit naman sila. Ano kaya ang trabaho nila at hindi nila kailangan magmadali tuwing lunes?", bulong ni Ana sa sarili. Pagkadating niya ng opisina, sinabihan agad siya ng kanyang mga katrabaho na hinahanap siya ng kanilang boss. Kaya dali-dali niyang binaba ang kanyang gamit at nagpunta agad sa opisina ng kanyang boss. "Goodmorning po Maam! Hinahanap niyo raw po ako" sabi ni Ana. "Goodmorning rin, Ana. Gusto ko lamang ipaalam sayo na galit na galit ang kliente natin. Dahil mali ang project na ibinigay mo. Kaya mahirap man sa akin pero eto na yung huling araw na papasok ka sa aking kompanya" malungkot na pagkakasabi ng kanyang boss. Halos hindi makapagsalita si Ana dahil sa kanyang narinig. Wala siyang ibang nasabi kung hindi "Pasensya na po boss". Agad itong nagpaalam palabas para dumiretso ng banyo. Dito na niya iniyak lahat ng lungkot na naramdaman niya sa sinabi ng kanyang boss. Agad niyang naisip ang kanyang pamilya na umaasa sa kanya. Pagkatapos niyang mailuha ang lahat sa banyo ay tahimik itong bumalik sa kanyang pwesto. Tinanong siya ng mga katrabaho niya pero wala siyang sinabi. Pero inaya pa niya ang mga ito na kumain sa labas pagkatapos ng kanilang trabaho. Akala tuloy ng mga katrabaho niya ay itinaas ang rangko ng kanyang posisyon.

Pagkatapos ng trabaho ay dumiretso sila sa isang sikat na kapehan malapit sa kanilang pinagtatrabahuhan. Dito na sinabi ni Ana kung ano ang totoong sinabi ng kanilang boss. Lahat sila ay nalungkot dahil ang pinagdiriwang pala nila ay despidida na ni Ana. Pagkalipas ng isang linggo na paghahanap ng trabaho sa online ay wala paring trabaho si Ana. Halos araw araw iba iba ang pinapasahan niya ngunit hanggang interview lang siya at hindi na muli natatawagan. Pero hindi siya sumuko at patuloy lang siya sa paghahanap trabaho. Makalipas ang tatlong araw ay natanggap siya sa isang kilalang kompanya. Ang kinagandahan pa nito ay "permanent work from home" siya. Dahil dito ay paunti unti na niyang gagawang ibalanse ang pagtatrabaho sa pag-eehersisyo at pag-aalaga sa kanyang sarili. Hindi na siya malungkot sa tuwing sasabihin niya na "Lunes na naman".

Exercises:

Pag-unawa sa Binasa (Reading Comprehension)

Sagutin ang mga sumusunod na tanong batay sa kuwento.

(Answer the following questions based on the story.)

1. Ano ang kinain at ininom ni Ana para sa kanyang agahan?

   ____

2. Bakit kailangang pumila nang maaga ni Ana sa terminal ng dyip?

   ____

3. Ano ang naging dahilan kung bakit tinanggal si Ana sa kanyang trabaho?

   ____

4. Ano ang ginawa ni Ana pagkatapos siyang kausapin ng kanyang boss?

   ____

5. Ano ang magandang katangian ng bagong trabaho ni Ana na nakuha niya pagkalipas ng isang linggo?

   ____

Story 2: "Kapitbahay Mong Puro Chismis"

Isang sabado ng umaga, napakainit ng panahon sa Barangay Pag-asa. Naglalakad si Ana pauwi galing sa palengke. Bitbit niya ang dalawang mabigat na supot ng plastik. Sa loob ng mga supot ay mayroong sariwang isda, gulay, at mga prutas. Masaya sana si Ana dahil tapos na siyang mamili, pero alam niya na dadaan siya sa harap ng bahay ng chismosa nilang kapitbahay.

Habang papalapit si Ana, nakita na niya ang kanilang kapitbahay na nakaupo sa isang silya sa harap ng maliit na tindahan. Siya ay may hawak na baso ng kape at isang pamaypay. Kilala siya sa buong barangay dahil gusto niyang malaman ang lahat ng balita tungkol sa ibang tao. Kung may bagong gamit ang isang kapitbahay, alam niya. Kung may nag-aaway na mag-asawa, alam niya rin. "Andyan na naman siya," bulong ni Ana sa kanyang sarili. Sinubukan niyang maglakad nang mabilis at tumingin sa malayo. Gusto niyang magpanggap na hindi niya nakita ang matanda. Pero huli na ang lahat dahil nakatingin na sa kanya si Aling Marites. "Ana! Kamusta ang trabaho mo?" malakas na sigaw ng chismosang kapitbahay. Napahinto si Ana at huminga nang malalim. Lumapit siya nang kaunti at ngumiti nang pilit."Mabuti naman po, Aling Marites," sagot niya nang maikli. Inisip ni Ana na sapat na ang sagot na iyon, pero hindi tumigil ang matanda. Inilapag ni Aling Marites ang kanyang kape at lumapit kay Ana. Tiningnan niya ang mga supot na dala ni Ana."Ang dami mong binili ah! Malaki siguro ang sahod mo kaya marami kang pambili ng isda," sabi ni Aling Marites. Tumawa siya nang malakas. Pagkatapos, tinanong niya ang isang bagay na palaging itinatatanong ng mga chismosa. "Balita ko ay wala ka pa ring kasintahan? Bakit? Masyadong mataas ba ang standard mo?"

Hindi naging komportable si Ana sa mga tanong na ito. Nararamdaman niya ang init ng araw at ang bigat ng kanyang dala. Para sa kanya, ang trabaho, pera, at pag-ibig ay mga personal na bagay. Hindi ito dapat pinag-uusapan sa kalsada. Gayunpaman, sumagot pa rin siya nang may galang dahil ayaw niyang maging bastos. "Busy pa po talaga ako sa trabaho, Aling Marites. Wala pa po akong panahon para sa ganyang bagay," mahinahon na sabi ni Ana. "Sayang naman! May kilala akong anak ng pinsan ko, baka gusto mong makilala?" patuloy ng matanda. Parang hindi siya nakikinig sa sinasabi ni Ana. Gusto pa niyang magtanong tungkol sa pamilya ni Ana. Dahil dito, nagpasya si Ana na kailangan na niyang umalis. "Sige po, Aling Marites. Mauna na po ako dahil kailangan ko pang magluto ng hapunan para sa aking pamilya. Baka masira itong isda sa init ng araw," sabi niya habang dahan-dahang umaalis. Mabilis na naglakad si Ana palayo. Habang naglalakad, naisip niya ang tungkol sa kanyang mga kapitbahay. Sa buhay sa siyudad o sa probinsya, laging may mga taong katulad ni Aling Marites. Natutunan ni Ana na mahalaga ang maging mabait at magalang sa mga tao sa paligid. Pero natutunan din niya na mas mahalaga ang magkaroon ng hangganan o "boundaries." Kahit laging may "Marites" sa bawat kanto, hindi na ito iniisip ni Ana. Ang mahalaga ay alam niya ang kanyang sariling katotohanan at masaya siya sa kanyang tahimik na buhay. Pagdating sa bahay, inilapag niya ang mga gamit at uminom ng malamig na tubig. Sa wakas, malayo na siya sa chismis at handa na siyang magpahinga.

Exercises:

Pagatapat-tapatin (Vocabulary Matching)

Iugnay ang salitang Tagalog sa tamang kahulugan nito sa Ingles.

(Match the Tagalog word to its correct English meaning.)

Tagalog	English Meaning
1. Palengke	(a) Boundaries / Limits
2. Kasintahan	(b) Market
3. Hangganan	(c) Respect
4. Galang	(d) News / Information
5. Balita	(e) Partner (Boyfriend / Girlfriend)

Story 3: "Bakit Ngayon Ka Pa Nasira?"

Malalim na ang gabi at matutulog na sana si Ana. Pero naalala niya na mayroon nga pala siyang dapat tapusin na gawain. Kailangan niya itong ipasa bukas ng umaga sa oras ng duty niya. At dahil "permanent work from home" si Ana, ang laptop ang kanyang pinakamahalagang kagamitan sa pagtatrabaho. Kaya binuksan niya ang kanyang lumang laptop at nagsimulang mag-type nang mabilis. Habang seryoso siya sa pagsusulat, biglang namatay ang screen ng laptop at nagkulay itim ang lahat. Sinubukan ni Ana na pindutin ang power button, pero ayaw nitong bumukas. Pinindot niya ito nang paulit-ulit, pero wala pa ring nangyayari. "Bakit ngayon ka pa nasira?" tanong ni Ana sa kanyang laptop. Nararamdaman niya ang takot at kaba dahil kailangan niyang ipasa ang ulat sa ganap na alas-otso ng umaga. "Kung kalian may importante akong proyekto na kailangan tapusin at ipasa. Tsaka ka pa talaga nasira?" bulong ni Ana sa sarili.

Sinubukan niyang tanggalin ang charger at ibalik ito, pero pagod na talaga ang laptop. Sa sobrang taranta, tinawagan ni Ana ang kanyang kaibigan. "Be, nasira ang laptop ko! Hindi ko matatapos ang ulat ko para bukas," sabi ni Ana habang naiiyak. "Huwag kang mag-alala, Ana. Pumunta ka dito sa bahay at hiramin mo muna ang aking extra laptop," sabi ng kaibigan ni Ana. Mabilis na tumakbo si Ana papunta sa bahay ng kanyang kaibigan. Pagkakuha ng laptop, bumalik agad siya sa bahay at nagpatuloy sa pagsusulat. Dahil sa nangyaring problema, nahirapan si Ana. Kailangan niyang magsimula ulit mula umpisa. Umidlip siya ng halos dalawang oras at muling nagpatuloy sa ginagawa. Nang matapos niya ang ulat at maipadala sa email, tiningnan niya ang relo. "Naku, huli na ako ng limang minuto sa pagpasa," bulong niya. Hindi siya nakatulog nang maayos dahil sa kaba.

Kinabukasan, tumawag ang kanyang boss sa isang online meeting. Kinabahan si Ana, pero nagpasya siyang sabihin ang katotohanan. "Pasensya na po, Boss. Nahuli po ako ng limang minuto sa pagpasa ng ulat. Nasira po kasi ang laptop ko kagabi at nanghiram pa ako sa kaibigan ko," paliwanag ni Ana. Ngumiti ang kanyang boss. "Salamat sa iyong pag-amin, Ana. Pinapatawad kita dahil alam ko na masipag kang empleyado. Nakita ko rin na napakaganda ng iyong ulat kahit may problema ka sa laptop," sabi ng kanyang boss. Nakahinga nang maluwag si Ana. Masaya siya dahil naging mabait ang kanyang boss sa kanya.

Pagkalipas ng dalawang araw, may kumatok sa pinto ng bahay ni Ana. May isang malaking kahon na dumating. Galing ito sa kanyang kompanya. Nang buksan niya ang kahon, nagulat si Ana. Isang bago at mabilis na laptop ang nasa loob! May kasama itong sulat mula sa kanyang boss: "Para mas maging maayos ang iyong pagtatrabaho sa bahay." Mula noon, naging mas maingat na si Ana sa kanyang mga kagamitan. Natutunan niya na mahalaga ang maging tapat sa boss kapag may problema. Dahil sa kanyang katapatan at sipag, mas naging madali ang kanyang trabaho. Simula ngayon, mas marami na siyang nagagawa at natatapos dahil maganda at mabilis ang gamit niyang laptop. Pero hindi niya inaabuso ang paggamit nito para hindi agad ito masira o magkaproblema.

Exercises:

Pag-unawa sa Binasa (Reading Comprehension)

1. Ano ang nagging dahilan bakit hindi natuloy sa pagtulog si Ana?

2. Ano ang naging problema ni Ana habang nagtatrabaho?

3. Paano tinapos ni Ana ang kanyang ulat?

4. Ano ang ginawa ni Ana nang malaman niyang huli siya ng 5 minuto?

5. Ano ang laman ng malaking kahon na dumating sa bahay ni Ana?

Story 4: "Ala-singko ng Umaga"

Alas-singko ng umaga ang isa sa mahirap na oras para kay Ana noong siya ay nagtatrabaho pa sa Ortigas. Madalas ay pagod siya dahil sa puyat sa trabaho at mahabang biyahe. Pero ngayon, ang alas-singko ng umaga ay ang paborito na niyang oras sa buong araw. Kahit na madilim pa sa labas, excited na siyang bumangon. Sa oras na ito, tahimik pa ang buong paligid. Wala pang masyadong sasakyan sa kalsada at sariwa pa ang hangin sa kanilang barangay. Gusto niyang gamitin ang oras na ito para sa kanyang sarili bago magsimula ang ingay at gulo ng mundo.

Dahil "permanent work from home" na si Ana, hindi na niya kailangang magmadali sa pag-alis ng bahay. Ngayong umaga, nagdesisyon siyang gawin ang kanyang bagong routine. Nagsuot siya ng kanyang komportableng sapatos at lumabas para maglakad-lakad sa parke. Dati, naiinggit lang siya sa mga taong nakikita niya sa terminal ng dyip na nag-eehersisyo. Ngayon, isa na siya sa mga taong iyon. Nagagawa na niya ang pag-eehersisyo tuwing alas-singko ng umaga.

Habang naglalakad sa parke, nakikita ni Ana ang iba't ibang tao. Nakita niya ang ilang matatanda na naglalakad at mga asong masayang tumatakbo. Nararamdaman niya ang init sa kanyang mga kalamnan. Masarap sa pakiramdam ang paggalaw ng katawan kahit grabe na ang pawis sa kanyang katawan. Pagkatapos maglakad ng tatlumpung minuto, umupo siya sa isang bangko at pinanood ang pagsikat ng araw. Ang liwanag ng araw ay kulay kahel at dilaw. Napakaganda at napasarap pagmasdan dahil ito ay nakakakalma ng isipan.

Alam ni Ana na sa pagdating ng alas-otso ng umaga, magsisimula na ang kanyang trabaho sa harap ng laptop. Marami siyang gagawing ulat at proyekto. Minsan, may mga problema pa sa mga kliente o sa internet. Pero kahit maraming trabaho, pinapanatili pa rin ni Ana na healthy ang kanyang mental health. Ang paggising nang maaga at paglalakad sa parke ang kanyang paraan para hindi siya ma-stress. Ito ang kanyang oras para magmuni-muni at magpasalamat. Para sa kanya, ang mental health ay kasing halaga ng physical health.

Naisip ni Ana na ang bawat umaga ay isang bagong pagkakataon. Kahit may mga problema siya kahapon o noong nakaraang linggo, ang ala-singko ng umaga ay nagbibigay sa kanya ng pag-asa. Mas masaya siya ngayon dahil nagagawa niya ang mga gusto niya. Naalagaan niya ang sa sarili niya habang nagtatrabaho nang maayos. Hindi na siya yung dating Ana na laging pagod at nagmamadali sa pila ng dyip.

Bumalik siya sa kanyang apartment na may sapat na lakas, masayang umaga at produktibong araw. Uminom siya ng tubig at naghanda ng masustansyang agahan. Ang disiplina sa paggising nang maaga ay malaking tulong sa kanya. Dahil dito, nagiging produktibo siya sa kanyang trabaho at masaya sa kanyang buhay sa siyudad. Kapag masaya ang isip at katawan, mas madaling harapin ang anumang hamon ng buhay. Ngayon, tuwing naririnig niya ang kanyang alarm clock, nakangiti na si Ana dahil alam niyang maganda ang kanyang simula. Hindi na rin siya nalulungkot sa tuwing dumarating ang araw ng Lunes.

Exercises:

Pag-unawa sa Binasa (Tama o Mali)

Isulat ang **TAMA** kung wasto ang pangungusap at **MALI** kung hindi.

1. _______ Ayaw na ayaw ni Ana na gumising nang alas-singko ng umaga.
2. _______ Naglalakad-lakad si Ana sa parke bilang bahagi ng kanyang ehersisyo.
3. _______ Hindi mahalaga para kay Ana ang kanyang mental health.
4. _______ Mas masaya na si Ana ngayon dahil nagagawa na niya ang mga gusto niya.
5. _______ Nakatutulong kay Ana ang paggising nang maaga para maging produktibo sa trabaho.

Story 5: "Ang Aking Nakagawian"

Lahat ng tao ay may nakagawian na gawain o *routine* sa pang araw araw. Para kay Ana, ang bawat araw ay dapat may sinusunod na plano. Tuwing Sabado, ang kanyang nakagawian ay gumising nang maaga at pumunta sa palengke. Gustong gusto niya ang pamimili ng mga sariwang gulay, prutas, at isda sa palengke para sa kanyang buong linggo. Pagkatapos sa palengke ay pumupunta siya sa isang maliit na kapehan sa kanto. Madalas niyang bilhin ang kapeng "caramel macchiato" na may kasamang tinapay. Habang kumakain ay nagbabasa siya ng libro o di kaya'y nagsusulat sa kanyang diary. Ito ang oras niya para magmuni-muni bago harapin ang mga gawaing bahay. Pagkatapos niyang mag-almusal ay naglilinis siya ng kanyang apartment. Habang naglilinis ay biglang napatigil si Ana dahil nakita niya ang lumang litrato nila ng kanyang nakababatang kaibigan. Napangiti siya nang malungkot at nagsimulang mag-*reminisce* o gunitain ang kanyang kabataan. Naalala niya noong siya ay bata pa ay halos wala siyang ibang iniisip kundi ang maglaro sa labas kasama ang kanyang mga kaibigan. "Sana ay sinulit ko ang paglalaro noong bata pa ako," bulong ni Ana sa sarili. Naalala rin niya kung paano siya pinipilit ng kanyang nanay na matulog sa hapon. Noon, ayaw na ayaw niyang matulog dahil gusto niyang maglaro ng patintero o tagu-taguan. Ngunit ngayong matanda na siya, narealize niya na napakahalaga pala talaga ng tulog. Ngayong matanda na siya, puro trabaho, pagbabayad ng bills, at mga gawaing bahay na ang nasa isip niya. Ang pagtulog sa hapon ay isa na ngayong luho na mahirap makuha dahil sa sobrang busy ng buhay sa siyudad.

Gayunpaman, hindi naman puro pagod ang buhay ni Ana. Dahil sa kanyang trabaho bilang isang *permanent work from home* na empleyado, nagkaroon siya ng kontrol sa kanyang oras. Hindi na niya kailangang pumila at bumiyahe nang matagal. Hindi lang iyon, mayroon pa siyang extra na oras para sa kanyang sarili. Dahil dito, naisipan ni Ana na sumubok ng mga bagong bagay na hindi niya nagawa noon. Pagkatapos niyang maglinis ng apartment at magtanghalian, kinuha ni Ana ang isang gitara sa gilid ng kanyang kama. Ito ang kanyang bagong libangan. Dahil sa kanyang trabaho, nakabili siya ng sariling gitara at nakakapag-aral na siya sa pamamagitan ng panonood ng mga video sa internet. Noong una, masakit sa daliri ang pagpindot sa mga kuerdas, pero hindi siya sumuko. Ngayon, kaya na niyang tumugtog ng ilang simpleng kanta. Ang paggigitara ay nakatutulong sa kanya para marelaks ang kanyang isip pagkatapos ng mahabang oras ng pagtatrabaho sa harap ng laptop. Para kay Ana, ang pagkakaroon ng maayos na nakagawian ay nagbibigay ng kaayusan sa kanyang buhay. Hindi siya gaanong naii-stress kapag alam niya ang kanyang gagawin sa loob ng isang araw. May oras para sa trabaho, may oras para sa gawaing bahay, at may oras din para sa kanyang hilig tulad ng musika. Kahit simple lang ang kanyang buhay at puno ng responsibilidad ay nanatili pa ring masaya si Ana. Ang mga maliliit na gawain ni Ana ang bumubuo sa kanyang pagkatao. Sa dulo ng araw, pagod man sa mga gawain ay makakahiga na siya sa kanyang kama nang may ngiti at galak sa kanyang puso.

Exercises:

Pag-unawa sa Binasa (Reading Comprehension)

Piliin ang pinakatamang sagot para sa bawat tanong. (Choose the best answer for each question.)

1. Ano ang paboritong inumin ni Ana sa kapehan tuwing Sabado?

(a) Black Coffee

(b) Caramel Macchiato

(c) Hot Chocolate

2. Bakit napatigil si Ana habang naglilinis ng kanyang apartment?

(a) Dahil may kumatok sa pinto.

(b) Dahil nakakita siya ng lumang litrato.

(c) Dahil nasira ang kanyang walis.

3. Ano ang kaibahan ng pagtulog sa hapon noong bata pa si Ana kumpara ngayong adult na siya?

(a) Noon ay ayaw niya itong gawin, pero ngayon ay itinuturing niya itong luho.

(b) Noon ay paborito niya itong gawin, pero ngayon ay ayaw na niya.

(c) Wala namang nagbago sa kanyang pagtulog.

4. Saan natutong tumugtog ng gitara si Ana?

(a) Sa isang paaralan ng musika.

(b) Sa tulong ng kanyang kaibigan.

(c) Sa pamamagitan ng panonood ng mga video sa internet.

5. Paano nakatutulong ang paggigitara sa buhay ni Ana?

(a) Nakatutulong ito para kumita siya ng mas maraming pera.

(b) Nakatutulong ito para marelaks ang kanyang isip pagkatapos magtrabaho.

(c) Nakatutulong ito para mas mabilis siyang makatulog.

Story 6 "Ang Manipis kong Wallet"

Tuwing sasapit ang kinsenas o katapusan ng buwan, karamihan sa mga empleyado ay masaya. Pero ibahin niyo si Ana, masaya siya na may halong kaba. Noong nagtatrabaho pa siya sa isang malaking opisina sa Ortigas, ang kanyang wallet ay laging "manipis." Hindi dahil wala siyang pera, kundi dahil ang kanyang sahod ay laging "sakto lang." Pagkakuha niya ng kanyang sweldo, parang mabilis itong nawawala dahil sa dami ng kailangang bayaran. Naalala ni Ana ang kanyang buhay noong siya ay nagko-commute pa papuntang Ortigas. Gigising siya nang alas-singko ng umaga para hindi ma-late. Araw-araw, gumagastos siya ng malaki para sa pamasahe sa dyip, bus, at MRT. Bukod sa pamasahe, mahal din ang pagkain sa labas. Dahil pagod na siya sa biyahe, madalas ay bumibili na lamang siya ng mamahaling kape at pagkain sa mga fast food sa paligid ng kanyang opisina. "Ang hirap mag-ipon," madalas sabihin ni Ana sa kanyang sarili noon. Sa tuwing tinitingnan niya ang kanyang wallet, nakikita niya ang mga resibo ng kuryente, tubig, at renta sa maliit niyang apartment. Pagkatapos mabayaran ang lahat ng needs at mga bayarin, halos wala nang natitira para sa kanyang ipon. Ang kanyang wallet ay nanatiling manipis sa loob ng tatlong taon niyang pagtatrabaho sa Ortigas. Minsan, kailangan pa niyang magtiis na hindi bumili ng bagong damit o sapatos dahil saktong-sakto lang ang kanyang pera para sa transportasyon at pagkain.

Ngunit nagbago ang lahat nang makahanap si Ana ng trabaho na "permanent work from home." Noong una, nanibago siya dahil hindi na niya kailangang lumabas ng bahay. Pero pagkalipas ng ilang buwan ay nakasanayan na rin niya ito. Nakita ni Ana ang malaking pagkakaiba sa kanyang buhay, lalo na sa kanyang pera. Dahil hindi na siya pumupunta sa Ortigas, wala na siyang gastos sa pamasahe. Hindi na rin niya kailangang bumili ng mamahaling kape sa labas dahil kaya na niyang magtimpla ng sariling kape sa kanyang kusina. Ang dating gastos niya sa transportasyon at pagkain sa labas ay naging "savings" na niya. Napansin ni Ana na hindi na mabilis maubos ang kanyang sahod. Dahil nasa bahay lang siya, mas nakakatipid siya kaysa sa dati niyang pagbiyahe. Ang malaking tipid na ito ay unti-unting napunta sa loob ng kanyang wallet at sa kanyang bank account.

Simula ngayon, hindi na kinakabahan si Ana dahil tuwing katapusan ng buwan ay may natitira na sa kanyang sahod. Sa tuwing binubuksan niya ang kanyang wallet ay nakikita niya na hindi na ito manipis. Ang dating manipis na wallet ay makapal na ngayon dahil sa kanyang mga naipong pera. Hindi na rin puro resibo ang laman nito; mayroon na siyang pera para sa mga emergency at para sa pagtulong sa kanyang pamilya.

Dahil sa kanyang work from home na setup, natutunan ni Ana ang tamang paghawak ng pera. Narealize niya na hindi lang sa laki ng sahod nakadepende ang pagyaman, kundi sa laki ng matitipid mo mula sa iyong mga gastusin. Ngayong makapal na ang kanyang wallet, mas kampante na si Ana sa kanyang kinabukasan. Hindi na siya ang dating Ana na may manipis na wallet. Kaya tuwing linggo ay palagi siyang naghahandog sa simbahan bilang pasasalamat sa pagbabago ng kanyang buhay.

Exercises:

Punan ang patlang gamit ang tamang salita mula sa kahon.

(Fill in the blanks using the correct word from the box.)

[sweldo I kinsenas I commute I savings I gastusin]

1. Tuwing ___________, masaya ang mga empleyado dahil araw ito ng bayaran.

2. Ang pera na hindi mo ginagastos ay tinatawag na ___________.

3. Mahirap mag-___________ sa Ortigas dahil sa trapik at mahal na pamasahe.

4. Kailangan nating bawasan ang ating mga ___________ para makaipon ng pera.

5. Nakukuha ni Ana ang kanyang ___________ dalawang beses sa isang buwan

Story 7: "Ang mga kaibigan ni Ana"

Isang maaliwalas na Sabado, nagpasya si Ana na imbitahan ang kanyang dalawang pinakamatalik na kaibigan sa kanyang maliit ngunit malinis na apartment. Matagal na silang hindi nagkikita nang personal dahil lahat sila ay abala sa kani-kanilang mga trabaho. Gusto ni Ana na ipagluto sila ng masarap na tanghalian bilang pasasalamat sa kanilang pagkakaibigan. Kaya maaga pa lang ay naghanda na siya ng mga sangkap para sa kanyang espesyal na pansit bihon at lumpiang shanghai. Eksaktong alas-dose nang makarinig si Ana ng katok sa pinto. Pagbukas niya, tumambad ang nakangiting mukha ni Miggy at ang seryosong mukha ni Bea. Si Miggy ay ang kaibigan niyang laging masaya at punong-puno ng enerhiya. Sa kabilang banda, si Bea naman ay tahimik, seryoso, at mapagmasid. Noong dumating sila, hindi sila nagpunta nang walang dala. May dala si Miggy na basket ng mga sariwang prutas, habang si Bea naman ay nagdala ng mainit na tinapay mula sa isang sikat na bakery.

Habang masayang kumakain ng pansit sa maliit na lamesa, nagsimulang magkuwentuhan ang tatlo tungkol sa kanilang mga pangarap sa buhay. Dahil pare-parehas na silang nagtatrabaho, ang kanilang mga usapan ay tungkol na sa hinaharap at katatagan ng buhay. Sinabi ni Miggy na kahit masaya siya sa kanyang kasalukuyang trabaho, gusto niyang magkaroon ng sariling negosyo sa hinaharap. "Gusto kong magtayo ng isang maliit na computer shop o kaya ay isang *café*," sabi ni Miggy nang may malaking ngiti. Pangarap niyang maging sariling boss balang araw. Si Bea naman ay tumango lang habang nakikinig. Hindi siya gaanong madaldal, pero kapag nagsalita siya, puno ito ng saysay. Sinabi niya na ang kanyang pangarap ay maging isang manager sa kanyang pinagtatrabahuhan. Gusto niyang magkaroon ng posisyon kung saan makakatulong siya sa pag-aayos ng sistema ng kanilang opisina. "Gusto ko ng stability para sa pamilya ko," maikling paliwanag ni Bea.

Napansin ni Ana habang pinagmamasdan ang dalawa na talagang magkaiba ang ugali ng kanyang mga kaibigan. Ngunit narealize niya na pareho silang mahalaga sa kanyang buhay. Si Miggy ang nagbibigay ng saya at tawa kapag malungkot o stressed si Ana sa trabaho. Siya ang nagpapaalala kay Ana na huwag masyadong seryosohin ang lahat ng bagay. Si Bea naman ang takbuhan ni Ana kapag kailangan niya ng mabuting payo. Kapag may mabigat na problema si Ana, si Bea ang nagbibigay ng lohikal at seryosong solusyon. Sa gitna ng kanilang pag-uusap, naramdaman ni Ana ang tunay na halaga ng pagkakaibigan. Naisip niya na hindi kailangan ng mamahaling pagkain sa isang sikat na restaurant o malaking bahay para maging masaya. Ang pinakamahalaga ay ang tapat na kuwentuhan, ang pakikinig sa pangarap ng bawat isa, at ang suporta sa gitna ng mga pagsubok. Kahit magkakaiba sila ng ugali at pangarap, nagkakaisa sila sa pagmamalasakit sa isa't isa.

Bago umuwi ang dalawa nang hapon na iyon, nagpasalamat sila nang lubos kay Ana. "Salamat sa masarap na pansit, Ana. Kailangan natin itong ulitin," sabi ni Miggy. Si Bea naman ay nag-abot ng simpleng pasasalamat at paalala na mag-ingat lagi. Masaya ang puso ni Ana habang isinasara ang pinto. Dahil sa kanyang mga kaibigan, alam niyang hindi siya nag-iisa sa kanyang mga laban sa buhay. Ang pagkakaroon ng mga totoong kaibigan ay isa sa mga pinakamalaking kayamanan na nakuha niya ngayong siya ay nagtatrabaho na.

Exercises:

A. Vocabulary Check (Context Clues)

Piliin ang tamang kahulugan ng salitang may salungguhit. (Choose the correct meaning of the underlined word.)

1. Si Bea ay <u>mapagmasid</u> at tahimik.

(a) Noisy

(b) Observant

(c) Angry

2. Gusto ni Bea ng <u>katatagan</u> para sa kanyang pamilya.

(a) Stability

(b) Travel

(c) Trouble

3. Si Miggy ay <u>punong puno ng enerhiya</u> dahil lagi siyang masaya.

(a) The oldest

(b) The quietest

(c) The life of the party

4. Reading Comprehension (Short Answer)

1. Ano ang espesyal na pagkaing inihanda ni Ana para sa kanyang mga kaibigan?

2. Kanino hihingi ng payo si Ana kung siya ay may mabigat na problema? Bakit?

Story 8: "Ang paglalakbay ni Ana"

Dahil sa pagod sa trabaho sa harap ng laptop, nagdesisyon si Ana na magbakasyon nang maikli sa isang malapit na dagat sa Batangas. Ito ang kanyang kauna-unahang beses na maglalakbay nang mag-isa o "solo travel." Noong una ay natatakot siya, pero gusto niyang subukan ang kanyang lakas ng loob. Maaga pa lang, bitbit ang kanyang maliit na backpack, pumunta na si Ana sa terminal ng bus.

Habang naghihintay ng kanyang sasakyan, medyo nalilito si Ana sa dami ng bus sa terminal. Lumapit siya sa isang matandang babae na katabi niya sa upuan para magtanong. "Magandang umaga po. Maaari ko po bang itanong kung saan ang tamang sakayan papunta sa Batangas?" tanong ni Ana nang may galang. Ngumiti ang matanda at sumagot, "Doon sa kabilang kanto, iha. Hanapin mo ang bus na may karatula na Nasugbu." Nagpasalamat si Ana at mabilis na naglakad papunta sa itinurong lugar. Sa wakas, nakasakay na rin siya. Sa loob ng bus, pinili ni Ana ang upuan sa tabi ng bintana. Habang tumatakbo ang sasakyan ay nakatingin lang siya sa labas. Nakita niya ang pagbabago ng tanawin, mula sa matataas na gusali sa siyudad hanggang sa mga luntiang bundok, malawak na palayan, at maliliit na bahay sa gilid ng kalsada. Pakiramdam niya ay malaya siya mula sa lahat ng kanyang mga responsibilidad sa trabaho.

Pagkalipas ng tatlong oras, nakarating din siya sa dagat. Pagbaba niya ng bus, huminga si Ana nang malalim. Ang sariwang hangin at ang tunog ng maliliit na alon ay agad na nagpatahimik sa kanyang isipan. Naglakad-lakad siya sa pampang at naramdaman ang mainit na buhangin sa kanyang mga paa. Napakaganda ng asul na dagat sa ilalim ng maliwanag na sikat ng araw.

Dahil mag-isa lang siya, kailangan niyang makipag-usap sa mga lokal na tao doon. Nakita niya ang ilang mangingisda na nag-aayos ng kanilang mga lambat. Lumapit si Ana at nagtanong kung saan ang masarap at murang kainan sa lugar. Itinuro siya ng mga mangingisda sa isang maliit na karinderya na malapit lamang sa pampang. Doon ay nakakain siya ng sariwang isda at masarap na lomi na sikat sa Batangas. Habang kumakain, nakipagkwentuhan din siya sa may-ari ng karinderya. Nakakita siya ng mga bagong kaibigan sa kanyang maikling paglalakbay. Dahil sa kanyang pagiging palakaibigan ay paniguradong makakahanap agad siya ng kaibigan. Makalipas ang tatlong oras, palubog na ang araw kaya napagpasyahan niyang huminto muna at panuorin ang paglubog nito. Matapos lumubog ng araw, nagpunta si Ana sa isang sikat na kainan sa Batangas para maghapunan. Kinabukasan, sinulit muna ni Ana ang pananatili sa dagat bago magpasyang umuwi.

Sa dulo ng kanyang bakasyon, narealize ni Ana na hindi pala nakakatakot ang maglakbay nang mag-isa. Natutunan niya na ang pakikipag-usap sa mga hindi kakilala ay nagbibigay ng bagong kaalaman at tiwala sa sarili. Hindi mo kailangang laging may kasama para maging masaya at ligtas. Umuwi si Ana sa kanyang apartment na may dalang mga magagandang litrato sa kanyang cellphone at masasayang alaala sa kanyang puso. Handa na siyang bumalik sa trabaho sa Lunes dahil naging "refresh" ang kanyang isip at katawan mula sa kanyang unang solo travel.

Exercises:

A. Vocabulary Check (English to Tagalog)

Hanapin ang katumbas na salitang Tagalog sa kuwento.

(Find the Tagalog equivalent in the story.)

1. Courage / Strength of heart — L _ _ _ _ n _ l _ _ _

2. Backpack / Bag — B _ _ _ _ _ _ _

3. Shore / Beachfront — P _ _ _ _ _ _

4. Signage — K _ _ _ _ _ _ _

5. Fresh — S _ _ _ _ _

Story 9: "Sa isang sari-sari store"

Tuwing Linggo ng hapon, pagkatapos ng kanyang mga gawaing bahay, nakagawian na ni Ana ang pumunta sa tindahan ni Lisa. Ang tindahan ni Lisa ay isang "sari-sari store" na malapit sa apartment ni Ana. Dito siya bumibili ng mga kagamitan sa bahay tulad ng sabon, shampoo, at mga sangkap sa pagluluto. Si Lisa ay isang mabait na babae at matagal na ring kaibigan ni Ana. Dahil dito, palaging masaya ang kanilang kuwentuhan tuwing bibisita si Ana.

Ngunit ngayong araw, parang may problema sa tindahan. Malayo pa lang si Ana ay narinig na niya ang ingay ng maraming tao. Pagdating niya, nakita niyang puno ang tindahan at medyo magulo ang pila. Maraming bata ang bumibili ng kendi at may mga nanay na nagmamadaling bumili ng ulam para sa hapunan. Dahil mag-isa lang si Lisa sa tindahan, kitang-kita sa kanyang mukha ang pagod at kaba. "Lisa, pabili po ng sabon at asukal," sabi ni Ana nang makarating siya sa harap. Pero dahil sa ingay ng mga tao at sa dami ng sumisigaw, hindi narinig nang maayos ni Lisa ang sinabi ni Ana. Maling uri ng sabon ang naibigay ni Lisa sa kanya. "Ay, Lisa, pasensya na po pero hindi po ito ang kailangan ko. Gusto ko po sana 'yung kulay asul na sabon para sa labada," magalang na sabi ni Ana. Humingi agad ng paumanhin si Lisa habang nagpupunas ng pawis. "Pasensya ka na talaga, Ana. Masyado lang maraming tao ngayon kaya medyo nalilito na ako. Kanina pa ako hindi nakakaupo," paliwanag ni Lisa.

Napansin ni Ana na talagang nahihirapan ang kanyang kaibigan sa dami ng customer. Ngumiti si Ana at sinabing ayos lang iyon. Sa halip na magalit o mainis dahil sa pagkakamali, nagdesisyon si Ana na tumulong. "Huwag kang mag-alala, Lisa. Tutulungan muna kita rito habang naghihintay ako," alok ni Ana. Pumasok si Ana sa loob ng tindahan at tinulungan si Lisa na ayusin ang ilang mga paninda na nagulo sa counter. Siya na rin ang kumuha ng ilang barya para sa mga sukli ng ibang mamimili.

Dahil sa tulong ni Ana, mas bumilis ang pagsisilbi sa ibang mga customer. Ang gulo sa pila ay dahan-dahang naging maayos. Pagkalipas ng tatlumpong minuto, kumonti na ang mga tao at naging tahimik na muli ang tindahan. Nakaupo na rin sa wakas si Lisa at uminom ng tubig. Muling ibinigay ni Lisa ang tamang sabon at asukal kay Ana. "Salamat sa pag-unawa at sa tulong mo, Ana. Kung wala ka, baka nagkamali pa ako sa sukli ng ibang tao," sabi ni Lisa nang may malaking pasasalamat. Sagot naman ni Ana, "Walang anuman, Lisa. Alam ko naman na mahirap ang mag-isang nagbabantay ng tindahan lalo na kapag Linggo."

Sa karanasang ito, natutunan ni Ana na ang maayos na komunikasyon at pasensya ay susi sa mabuting relasyon. Kahit may maliliit na pagkakamali sa araw-araw, sapat na ang pag-unawa para hindi lumaki ang problema. Umuwi si Ana na bitbit ang kanyang mga pinamili at ang magandang pakiramdam dahil nakatulong siya sa isang kaibigan. Ang tindahan ni Lisa ay hindi lang lugar para bumili ng gamit, kundi lugar din kung saan napatitibay ang kanilang samahan.

Exercises:

Pag-unawa sa binasa. Tama o Mali (True or False)

Panuto: Isulat ang T kung tama ang pahayag at M kung mali.

1. _______ Nagtatrabaho si Lisa sa isang malaking mall sa Ortigas.

2. _______ Maling sabon ang naibigay ni Lisa dahil sa ingay at dami ng tao.

3. _______ Nagalit si Ana kay Lisa dahil nagkamali ito sa kanyang order.

4. _______ Tinulungan ni Ana si Lisa na ayusin ang mga paninda at kumuha ng sukli.

5. _______ Mas bumagal ang pagsisilbi sa mga customer noong tumulong si Ana.

Story 10: "Ang Postkard mula sa Sagada"

Isang maulan na hapon, nakatanggap si Ana ng isang postkard sa kanyang mailbox. Galing ito sa kanyang pinsan na kasalukuyang nagbabakasyon sa Sagada, Mountain Province. Sa harap ng postkard, makikita ang isang napakagandang litrato ng mga bundok na nababalot ng makapal na ulap. Sa likod naman ay nakasulat ang tungkol sa napakalamig na hangin at ang sikat na "Sea of Clouds." Dahil dito, nagkaroon ng malaking interes si Ana na malaman ang higit pa tungkol sa lugar na iyon. Hindi na siya nagdalawang-isip at agad niyang tinawagan ang kanyang pinsan sa telepono. "Kumusta ang buhay diyan sa Sagada?" masayang tanong ni Ana nang sumagot ang kanyang pinsan. Ikinuwento nito na ang buhay doon ay napakatahimik at napakalayo sa ingay ng siyudad. Sinabi ng kanyang pinsan na kailangang magsuot ng makapal na jacket at medyas araw-araw dahil sa tindi ng ginaw, lalo na tuwing madaling-araw. Ikinuwento rin nito ang karanasan sa pagpasok sa mga malalaking kuweba at ang paglalakad sa mga matataas na bundok para makita ang mga sikat na hanging coffins. Nakikinig nang mabuti si Ana habang iniimagine ang ganda ng lugar. Pakiramdam niya ay naroon na rin siya habang sila ay nag-uusap.

Napag-usapan din nila ang malaking pagkakaiba ng buhay sa siyudad at sa bundok. Sabi ng kanyang pinsan, sa Sagada ay parang mas mabagal ang takbo ng oras. Hindi nagmamadali ang mga tao at mas malapit sila sa kalikasan. Walang trapik, walang polusyon, at ang kinakain nila ay mga sariwang gulay na galing mismo sa kanilang mga taniman. Sobrang nagustuhan ni Ana ang ideyang ito. Dahil siya ay nagtatrabaho sa harap ng laptop sa loob ng mahabang oras, pangarap din ni Ana ang makaranas ng ganoong klaseng katahimikan. "Napakaganda naman ng inilalarawan mo," sabi ni Ana. "Dito sa siyudad, laging maingay at laging mabilis ang lahat ng bagay. Nakakainggit ang kapayapaan niyo diyan." Sumagot ang kanyang pinsan na welcome na welcome si Ana na bumisita doon kahit kailan niya gusto. Nangako si Ana na balang araw, pupunta rin siya sa Sagada para maranasan ang lahat ng ito. Gusto niyang makita ang "Sea of Clouds" gamit ang sarili niyang mga mata at makahinga ng sariwang hangin sa tuktok ng bundok.

Ang pag-uusap na iyon ay nagbigay kay Ana ng bagong inspirasyon. Pagkatapos ng kanilang tawag, kinuha ni Ana ang kanyang alkansya. Nagdesisyon siya na mag-ipon nang mabuti para sa kanyang susunod na pangarap na bakasyon. Narealize niya na ang pagtatrabaho nang maigi ay mas masarap sa pakiramdam kung mayroon kang makukuhang gantimpala para sa iyong sarili. Itinago ni Ana ang postkard sa tabi ng kanyang salamin para palagi niyang maalala ang kanyang pangarap na makarating sa Sagada. Handa na siyang mag-ipon at maghintay para sa tamang panahon ng kanyang pag-alis. Ipinangako rin niya sa kanyang sarili na kapag napuno niya ang kanyang alkansya ay pupunta na siya agad ng Sagada. Kung may matitira man ay idadagdag niya ito sa susunod na gala o bakasyon niya. Dahil naniwala si Ana sa kasabihang "Isang beses ka lang mabubuhay kaya piliin mo laging maging masaya".

Exercises:

Hanapin ang salitang kasingkahulugan sa loob ng kuwento.

(Find the synonym within the story.)

1. Gantimpala (Reward) — P _ _ _ _ _

2. Payapa (Peaceful) — T _ _ _ _ _ _

3. Pangarap (Dream / Goal) — I _ _ _ _ _ _ _ _ _ _

4. Malamig (Cold) — G _ _ _ _

5. Gusali (Building) — S _ _ _ _ _ _

Story 11: "Isang Hindi Pagkakaunawaan"

Isang abalang Martes ng umaga, nakaupo si Ana sa harap ng kanyang laptop sa kanyang maliit na workspace sa bahay. Dahil "permanent work from home" ang kanyang setup, ang pangunahing paraan niya ng pakikipag-usap sa kanyang mga katrabaho ay sa pamamagitan ng chat, email, at video calls. Sa araw na ito, kailangang tapusin ni Ana ang isang ulat para sa darating na pulong.

Nakatanggap siya ng isang mensahe sa chat mula sa isa niyang katrabaho. Dahil sa bilis ng takbo ng kanilang trabaho, agad na nagpadala si Ana ng mga dokumento na sa tingin niya ay kailangan nito. Ngunit makalipas ang ilang minuto, nakatanggap siya ng isang reply na medyo nakaka-stress. "Bakit ito ang binigay mo? Sabi ko 'yung para sa pulong bukas," ang nakasulat sa chat, na tila ba ay inis na inis ang nagpadala nito.

Nagulat si Ana. "Akala ko iyon ang kailangan mo. Iyon ang pagkakaunawa ko sa huli mong email," sagot ni Ana habang itinatype ang kanyang depensa nang mahinahon. Nagkaroon sila ng hindi pagkakaunawaan dahil hindi naging malinaw ang kanilang usapan. Mahirap talagang intindihin ang tono ng boses kapag puro letra lang ang nakikita sa screen. Maya-maya, nakita ni Ana sa screen na muling nag-type ang kanyang katrabaho: "Bakit hindi mo maunawaan?" Tila pabulong itong sinabi sa isip ng nag-type, pero malinaw ang mensahe para kay Ana.

Sa halip na magalit o mag-type ng masamang salita bilang ganti, huminga nang malalim si Ana. Naisip niya na baka pagod lang din ang kabilang panig. Iminungkahi ni Ana na magkaroon muna sila ng isang maikling video call. "Maaari ba tayong mag-usap sandali sa call? Gusto ko lang linawin ang detalye ng trabaho para hindi tayo magkamali," mungkahi ni Ana.

Nang magkaharap na sila sa video call, napagtanto nila na pareho silang may pagkakamali. Dahil masyadong mabilis ang kanilang pag-uusap sa chat, nawala ang ilang mahahalagang impormasyon. Hindi nabasa ni Ana ang huling bahagi ng email, at hindi rin naging direkta ang sinabi ng kanyang katrabaho. Dahil nakita na nila ang mukha ng isa't isa, nawala ang tensyon. Humingi ng paumanhin ang kanyang katrabaho sa pagsusungit nito kanina. "Sorry talaga. Stress lang ako sa dami ng ulat na kailangang matapos bago mag-alas singko," paliwanag nito.

Tinanggap ni Ana ang paumanhin nang may ngiti. "Ayos lang iyon. Lahat naman tayo ay naii-stress minsan," sagot niya. Dahil sa kanilang pag-uusap, mabilis nilang naayos ang problema sa dokumento. Natutunan nila na sa "work from home" setup, mas mabuti ang magtanong at magkaroon ng video call kung hindi sigurado kaysa maghula o mag-assume. Mas madaling maiwasan ang stress sa trabaho kung mayroong pasensya at malinaw na komunikasyon.

Pagkatapos ng tawag, bumalik si Ana sa kanyang trabaho na may mas magaan na pakiramdam. Narealize niya na ang pagtatrabaho sa bahay ay hindi lang tungkol sa paggawa ng ulat, kundi tungkol din sa pag-aalaga ng relasyon sa mga katrabaho kahit hindi sila nagkikita nang personal. Natapos ni Ana ang kanyang ulat nang maaga at nagkaroon pa siya ng oras para uminom ng mainit na kape. Handa na siya para sa pulong bukas, dala ang aral na ang pag-unawa ay nagsisimula sa tamang pakikinig at pagtatanong.

Exercises:

Pag-unawa sa Binasa (Short Answer) Sagutin ang mga tanong batay sa kuwento.

1. Paano nag-uusap si Ana at ang kanyang mga katrabaho sa "work from home" setup?

   ___

2. Bakit nagalit ang katrabaho ni Ana sa simula ng kuwento?

   ___

3. Ano ang iminungkahi ni Ana para maayos ang kanilang problema?

   ___

4. Ano ang naging sanhi (cause) ng kanilang hindi pagkakaunawaan?

   ___

5. Ano ang mahalagang aral na natutunan ni Ana tungkol sa trabaho?

   ___

Story 12: "Tara, Baguio Tayo?"

Isang mainit na tanghalian, habang nagpapahinga si Ana mula sa kanyang trabaho, biglang nag-video call ang kanyang kaibigang si Miggy. "Ana, Tara, Baguio tayo sa susunod na buwan!" masayang aya ni Miggy. Nagulat si Ana sa biglaang imbitasyon na ito. Bagama't gusto niyang pumunta, agad niyang naisip ang kanyang mga responsibilidad sa trabaho at ang laman ng kanyang wallet. Noong nakaraang buwan, sinabi ni Ana na kailangan niyang mag-ipon nang mabuti.

"Bakit mo naman naisip 'yan, Miggy? Alam mong marami tayong ginagawa ngayon," tanong ni Ana habang humihigop ng kanyang kape. Sinabi ni Miggy na kailangan nilang mag-relax dahil sa sobrang pagod sa trabaho nitong mga nakaraang linggo. "Masyado na tayong stressed sa harap ng laptop. Kailangan naman natin ng malamig na hangin at masarap na pagkain," paliwanag ni Miggy.

Nag-usap ang dalawa tungkol sa mga plano para sa kanilang paglalakbay. Maraming kailangang ayusin tulad ng matutuluyan nilang bahay, transportasyon, at ang budget para sa pagkain. Sinubukan ni Miggy na kumbinsihin si Ana sa pamamagitan ng paglalarawan sa kagandahan ng Baguio. Ikinuwento niya ang tungkol sa pamimitas ng mga sariwang strawberry sa La Trinidad at ang mga makukulay na bulaklak sa Burnham Park. "Isipin mo, Ana, makakalakad tayo sa gitna ng mga puno ng pino at hindi tayo pagpapawisan dahil malamig ang panahon," dagdag pa ni Miggy. "Sige, Miggy. Titingnan ko muna ang aking schedule at budget ngayong gabi," sabi ni Ana. Hindi siya agad sumagot ng "oo" dahil gusto niyang maging sigurado na hindi siya magkakaroon ng problema sa pera o sa kanyang mga deadline sa trabaho. Alam ni Ana na ang bawat bakasyon ay nangangailangan ng tamang paghahanda.

Nang sumapit ang hapon, tiningnan ni Ana ang kanyang savings sa bangko at ang kanyang planner. Nakita niya na sapat naman ang kanyang naipon mula sa kanyang mga nakaraang sahod. Naisip niya na minsan lang naman ang pagkakataong ito. Narealize niya na ang pagpapahinga ay hindi lamang luho, kundi isa ring pangangailangan para sa kalusugan ng isip at katawan. Kung palagi siyang magtatrabaho nang walang pahinga, baka lalo siyang magkasakit o mapagod.

Kinabukasan, tinawagan niya ulit si Miggy. "Sige, Miggy, sasama ako sa Baguio! Naayos ko na ang aking schedule," masayang sabi ni Ana. Tuwang-tuwa si Miggy nang marinig ang magandang balita. Agad silang gumawa ng "*Shared Document*" sa internet para ilista ang lahat ng mga gagawin nila at lugar na kanilang pupuntahan. Naglista sila ng mga sikat na kainan, mga museo na pupuntahan, at ang mga pasalubong na bibilhin para sa kanilang pamilya.

Ang simpleng pag-aanyaya na iyon ni Miggy ay naging simula ng isang masayang plano na nagpasigla sa boring na linggo ni Ana. Dahil mayroon na siyang inaabangan na bakasyon, mas naging ganado si Ana na tapusin ang lahat ng kanyang mga ulat sa trabaho. Ngayon, tuwing nagtatrabaho siya, iniisip na lang niya ang malamig na hangin ng Baguio at ang matatamis na strawberry na naghihintay sa kanya. Ang pagpaplano ng bakasyon ay isa palang magandang paraan para magkaroon ng inspirasyon sa araw-araw na buhay.

Exercises:

A. Bokabularyo (Matching)

Iugnay ang salitang Tagalog sa tamang kahulugan nito sa Ingles.

1. Imbitasyon   (a) To convince

2. Kumbinsihin   (b) Invitation

3. Matatamis   (c) Health

4. Kalusugan   (d) Sweet

5. Pasalubong   (e) Souvenirs/gifts from a trip

Story 13 "Isang Araw sa Bangko"

Isang Lunes ng umaga, nagpasya si Ana na pumunta sa isang malaking bangko sa gitna ng siyudad. Kahit "work from home" siya, kailangan pa rin niyang lumabas minsan para sa mahahalagang lakad. Sa araw na ito, kailangan niyang magbayad ng kuryente at tubig. Bitbit ang kanyang bag at mga dokumento, pumasok si Ana sa loob ng malamig na gusali.

Pagpasok niya, agad siyang sinalubong ng security guard. Kumuha si Ana ng isang maliit na papel mula sa isang machine. Ito ang kanyang *"queue number"* o numero sa pila. Ang numero niya ay 150, pero nang tingnan niya ang screen, ang tinatawag pa lang ay numero 120. Narealize ni Ana na marami ang tao at kailangan niyang maghintay nang matagal. Humanap siya ng bakanteng upuan sa gitna ng maraming tao na naghihintay din.

Habang nakaupo, pinapanood ni Ana ang mga tao sa loob ng bangko. Ang iba ay abala sa kanilang mga telepono, marahil ay nagtatrabaho rin o nagbabasa ng balita. Ang iba naman ay mukhang pagod na sa paghihintay at paulit-ulit na tumitingin sa kanilang mga relo. Napansin ni Ana ang kaayusan ng bangko kahit marami ang tao. Ang bawat counter ay may kanya-kanyang gawain para sa mga kliyente.

Pagkalipas ng halos isang oras, narinig na ni Ana ang tunog ng bell. Tinawag na sa wakas ang kanyang numero. Pumunta siya sa counter number 4. Doon, nakita niya ang isang babaeng kahera na nakasuot ng maayos na uniporme. Mukhang pagod na ang kahera dahil sa dami ng taong sineserbisyuhan mula pa kaninang umaga, pero nagawa pa rin nitong ngumiti nang tapat kay Ana. "Magandang umaga po. Ano pong maipaglilingkod ko?" tanong ng kahera sa kanya.

Ibinigay ni Ana ang kanyang mga papel at ang kanyang pera. Napansin ni Ana na napakabilis magtrabaho ng kahera. Maingat nitong binilang ang pera gamit ang kanyang mga kamay at pagkatapos ay muling binilang sa isang machine para maging sigurado. Nakita rin ni Ana kung paano nito maingat na tinatakan ang mga dokumento at inilagay ang mga impormasyon sa computer. Kahit pagod, bakas sa bawat galaw ng kahera ang dedikasyon sa trabaho.

Habang hinihintay ni Ana ang kanyang resibo, nakita niya ang isang matandang lalaki sa kabilang counter. Mukhang nalilito ang matanda sa kanyang mga papeles at hindi alam kung ano ang dapat pirmahan. Biglang tumayo ang kaherang kausap ni Ana at lumapit sa matanda para tumulong nang sandali. Maingat nitong ipinaliwanag sa matanda ang gagawin. Namangha si Ana sa kabaitan nito kahit alam niyang marami pa itong kailangang tapusin na trabaho sa sarili nitong counter.

Pagbalik ng kahera, ibinigay na nito ang resibo kay Ana. "Maraming salamat po sa inyong serbisyo," sabi ni Ana nang may malaking ngiti. "Walang anuman po. Ingat po kayo sa inyong pag-uwi," sagot ng kahera. Lumabas si Ana ng bangko na may masayang pakiramdam. Naisip niya na kahit napakabilis at abala ng buhay sa siyudad, may mga tao pa ring handang tumulong at magbigay ng ngiti sa gitna ng mabigat na trabaho. Ang karanasang ito sa bangko ay nagpaalala kay Ana na ang simpleng kabaitan ay nakakapagpagaan ng araw ng ibang tao.

Exercises:

A. Bokabularyo (Context Clues)

Piliin ang tamang kahulugan ng salitang may salungguhit.

(Choose the correct meaning of the underlined word.)

1. Kinuha ni Ana ang kanyang <u>queue number</u> para malaman kung kailan siya sasabihan.

(a) Phone number

(b) Numero sa pila

(c) Account number

2. Tinulungan ng kahera ang matanda na <u>nalilito</u> sa papeles.

(a) Confused

(b) Happy

(c) Fast

3. Maingat na <u>tinatakan</u> ng kahera ang resibo ni Ana.

(a) Stamped

(b) Threw

(c) Lost

B. Pag-unawa sa Binasa (Short Answer)

4. Ano ang dalawang bagay na binayaran ni Ana sa bangko?

5. Bakit namangha si Ana sa kaherang kausap niya?

Story 14: "Isang mahalagang dokumento"

Isang Lunes ng umaga, habang nagkakape si Ana, nakatanggap siya ng isang tawag mula sa kanyang dating paaralan. Sinabi sa kanya na handa na ang isang mahalagang dokumento na kailangan niya para sa kanyang promosyon sa trabaho. Ang dokumentong ito ay ang kanyang Transcript of Records o TOR. Dahil "work from home" si Ana, kailangan niyang magpaalam nang sandali sa kanyang boss para asikasuhin ang mga papeles na ito nang personal.

Agad na naghanda si Ana dahil alam niyang mahirap kumuha ng mga dokumento kapag huli na ang lahat. Alam niya ang sistema sa mga opisina, madalas ay maraming tao at mahaba ang pila. Nagsuot siya ng komportableng sapatos at nagdala ng payong dahil alam niyang marami siyang lalakarin sa loob ng malaking unibersidad. Pagdating niya sa main office, sinabi sa kanya ng tauhan doon na hindi pa niya makukuha ang TOR. Kailangan muna niyang pumunta sa ibang gusali sa kabilang kanto para kumuha ng clearance.

Naglakad si Ana sa ilalim ng mainit na araw. Ramdam niya ang tagaktak ng pawis sa kanyang likod, pero iniisip na lang niya ang kanyang promosyon sa trabaho. Noong nahanap na niya ang tamang gusali, pumasok siya at pumila. Pagdating sa counter, hiningi sa kanya ang kanyang Valid ID para sa pagkakakilanlan. Pero laking gulat ni Ana nang buksan niya ang kanyang bag, wala ang kanyang pitaka!

"Naku, nasaan ang ID ko?" tanong niya sa sarili nang may malaking kaba. Binuksan niya ang lahat ng bulsa ng kanyang bag at kinalubog ang lahat ng laman nito, pero wala talaga ang pitaka. Akala niya ay nahulog ito sa sinakyan niyang dyip o naiwan niya sa terminal. Umupo muna si Ana sa isang bangko sa labas ng gusali at nag-isip nang mabuti. Sinubukan niyang kumalma. Tinawagan niya ang kanyang apartment at nakiusap sa kanyang kapitbahay na silipin ang kanyang lamesa sa loob ng bahay.

Makalipas ang ilang minuto, nag-text ang kanyang kapitbahay. "Nandito ang pitaka mo sa ibabaw ng TV, Ana. Mukhang nakalimutan mo ito kaninang umaga." Nakahinga nang malalim si Ana. Kahit pagod na siya sa paglalakad at init ng panahon, kailangan niyang bumalik sa kanyang apartment para kunin ang pitaka. Hindi siya pwedeng sumuko dahil kailangan niya ang dokumento para sa kanyang kinabukasan.

Bumalik si Ana sa paaralan pagkatapos ng isang oras. Sa pagkakataong ito, siniguro na niya na hawak niya ang kanyang ID. Sa wakas, pagkatapos ng halos limang oras na pagpila at paglalakad, nakuha rin niya ang kanyang Transcript of Records. Hawak-hawak niya ang dokumento nang may malaking ngiti sa kanyang mga labi. Pagod na pagod si Ana pag-uwi sa kanyang bahay, pero natuto siya ng isang napakahalagang leksyon: laging i-check ang gamit at bag bago umalis ng bahay. Narealize niya na ang dokumentong hawak niya ay hindi lang basta papel; ito ang susi sa kanyang mas magandang posisyon sa trabaho. Kahit naubos ang kanyang oras at lakas, sulit ang lahat ng pagod niya sa araw na iyon. Dahil sa dokumentong ito, handa na si Ana para sa kanyang promosyon sa trabaho. Sa gabing iyon, natulog siya nang may ngiti, puno ng pag-asa para sa kanyang kinabukasan.

Exercises:

Pagsunud-sunurin ang mga Pangyayari (**Put the Events in Order**)

Lagyan ng bilang 1 hanggang 5 ang mga patlang ayon sa tamang pagkakasunod-sunod ng mga pangyayari sa kuwento. (Write numbers from 1 to 5 in the blanks according to the correct sequence of events in the story.)

(_____) Tinawagan ni Ana ang kanyang kapitbahay para tignan ang kanyang lamesa.

(_____) Naglakad si Ana sa ilalim ng mainit na araw papunta sa ibang gusali para sa clearance.

(_____) Nakuha rin ni Ana ang kanyang Transcript of Records pagkatapos ng limang oras.

(_____) Nakatanggap si Ana ng tawag mula sa kanyang dating paaralan tungkol sa dokumento.

(_____) Napansin ni Ana na wala ang kanyang pitaka sa loob ng kanyang bag habang nasa counter.

Story 15: "Isang Araw sa Health Center"

Isang maagang Miyerkules, kasama ni Ana ang kanyang nanay na si Aling Rosa sa pagpunta sa health center ng kanilang barangay. Dahil "work from home" si Ana, nagawa niyang i-adjust ang kanyang oras para samahan ang kanyang nanay. Kailangan ni Aling Rosa ng regular na check-up para sa kanyang altapresyon o "high blood pressure." Pagdating nila doon nang eksaktong alas-otso ng umaga, laking gulat ni Ana dahil mahaba na agad ang pila sa labas ng gusali.

May mga nanay na may dalang mga sanggol para sa bakuna, mga matatanda na hihingi ng libreng gamot, at mga estudyanteng kailangan ng medical certificate. Dahil puno na ang mga upuan sa loob, humanap sila ng pwesto sa isang mahabang bangko na gawa sa kahoy sa labas. "Bakit po ba laging mahaba ang pila dito, nay?" tanong ng isang maliit na batang lalaki sa kanyang ina na katabi nina Ana. Napangiti si Ana dahil iyon din ang tanong na umiikot sa kanyang isipan habang pinupunasan ang kanyang pawis. Ipinaliwanag ni Aling Rosa kay Ana na sa kanilang barangay, kakaunti lang ang doktor at nurse na naka-duty pero libo-libo ang mga residente na nangangailangan ng tulong medikal. "Kailangan nating maging pasensyoso, anak. Hindi madali ang trabaho nila. Lahat tayo dito ay may kailangang gamot, bakuna, o payo mula sa doktor," mahinahong sabi ni Aling Rosa. Habang naghihintay, hindi naiwasan ni Ana na makinig sa mga kuwentuhan sa kanilang paligid. Ang isang nanay sa kanyang kanan ay nagrereklamo tungkol sa patuloy na pagtaas ng presyo ng gatas at diaper. Sa kabilang banda naman, isang lolo ang masayang nagkukuwento tungkol sa kanyang mga apo na nasa probinsya. Naramdaman ni Ana ang realidad ng buhay sa siyudad. Naisip niya na napakahalaga ng mga ganitong health center para sa mga taong walang sapat na pera para pumunta sa mga malalaki at pribadong ospital.

Matapos ang halos tatlong oras na paghihintay sa ilalim ng electric fan, tinawag na rin sa wakas ang pangalan ni Aling Rosa. Sa loob ng maliit na kwarto, sinalubong sila ng isang mabait na doktor. Sinuri nito ang presyon ng dugo ni Aling Rosa at binigyan sila ng mga libreng gamot para sa maintenance nito sa loob ng isang buwan. Pinayuhan din ng doktor si Aling Rosa na iwasan ang mga pagkaing masyadong maalat at mamantika. Paglabas nila ng health center, nakita pa rin ni Ana ang mahabang pila sa labas, at tila mas lalo pa itong humaba. Narealize niya na ang bawat tao sa pilang iyon ay may kanya-kanyang kwento ng sakripisyo. Ang pila ay hindi lang simbolo ng paghihintay; ito rin ay simbolo ng pag-asa ng mga tao na manatiling malusog para sa kanilang pamilya.

Kahit mainit ang panahon at nakakapagod ang tumayo at maupo nang matagal, masaya si Ana dahil alam niyang maayos ang kalusugan ng kanyang nanay. Bago sila sumakay ng tricycle pauwi, nagpasya si Ana na ilibre ang kanyang nanay ng malamig na buko juice sa tabi ng kalsada. Habang iniinom nila ang sariwang juice, naramdaman ni Ana na nabawasan ang init at pagod ng kanilang umaga. Para kay Ana, ang pag-aalaga sa magulang ay isang responsibilidad na nagbibigay ng tunay na kagalakan sa kanyang puso.

Exercises:

Pag-unawa sa Binasa (True or False) Isulat ang **T** kung ang pangungusap ay Tama at **M** kung ito ay Mali.

1. _____ Pumunta si Ana sa health center para magpabakuna ng kanyang sanggol.
2. _____ Mahaba ang pila dahil kakaunti lang ang doktor sa barangay health center.
3. _____ Nagreklamo si Aling Rosa dahil sa tagal ng paghihintay sa pila.
4. _____ Nakatanggap ng libreng gamot si Aling Rosa mula sa doktor.
5. _____ Narealize ni Ana na ang pila ay simbolo rin ng pag-asa para sa kalusugan.

Story 16: "Ang Itinakdang Araw"

Ang "itinakdang araw" para kay Ana ay ang araw ng kanyang panayam o job interview para sa isang bagong posisyon. Bagama't masaya siya sa kanyang kasalukuyang trabaho, pangarap niyang magkaroon ng mas malaking responsibilidad at mas mataas na sweldo. Ang bagong trabahong ito ay "permanent work-from-home" pa rin, kaya gustong-gusto ni Ana na makuha ito. Matagal na niyang pinaghahandaan ang araw na ito dahil alam niyang malaki ang maitutulong ng mas mataas na offer sa kanyang mga gastusin at ipon. Ang kanyang appointment ay sa ganap na alas-diyes ng umaga sa isang malaking gusali sa Makati. Kahit sa bahay lang siya magtatrabaho kapag natanggap, kailangan muna niyang pumunta sa opisina para sa huling bahagi ng panayam. Dahil alam niyang napakabigat ng trapik sa siyudad, umalis siya ng bahay nang alas-siyete. Ayaw ni Ana na magmadali o mapagpawisan bago ang kanyang mahalagang pag-uusap.

Pagdating niya sa Makati, sinalubong siya ng malamig na hangin sa loob ng gusali. Nag-log in siya sa security guard at iniwan ang kanyang ID. Binigyan siya ng isang "Visitor's Pass" at sinabihang pumunta sa ika-dalawampung palapag. Sa loob ng elevator, ramdam ni Ana ang kaba. Inayos niya ang kanyang pormal na blusa at bumulong sa sarili, "Kaya mo ito, Ana. Para ito sa mas magandang kinabukasan." Noong bumukas ang pinto ng elevator, nakita niya ang isang napakalinis at modernong opisina. Pinaupo siya ng receptionist sa isang malambot na sofa. Habang naghihintay, narealize ni Ana na kung matatanggap siya, hindi niya kailangang mag-commute araw-araw sa Makati. Magtatrabaho pa rin siya sa kanyang komportableng workspace sa bahay, pero mas malaki na ang kanyang kikitain. Ang kaisipang ito ay nagbigay sa kanya ng dagdag na inspirasyon.

Eksaktong alas-diyes, tinawag na ang kanyang pangalan. Ang nag-interview sa kanya ay isang babaeng napakapropesyonal. Maraming itinanong ang babae tungkol sa kung paano maging produktibo si Ana kahit nasa bahay lang. Itinanong din nito kung paano niya hina-handle ang stress kapag maraming deadline. Sinagot ni Ana ang lahat nang may katapatan. Sinabi niya na dahil sa kanyang karanasan sa WFH, marunong na siya sa tamang paggamit ng oras. Pagkatapos ng tatlumpung minuto, natapos din ang interview. "Salamat, Ana. Maganda ang iyong mga karanasan. Tatawagan ka namin sa loob ng isang linggo para sa resulta at sa detalye ng iyong magiging sahod," sabi ng babae habang nakikipagkamay.

Paglabas ni Ana ng gusali, parang nabunutan siya ng tinik sa lalamunan. Gumaan ang kanyang pakiramdam. Kahit hindi pa sigurado ang resulta, masaya siya dahil naibigay niya ang kanyang buong makakaya sa itinakdang araw na iyon. Bago umuwi, dumaan muna siya sa isang mall malapit doon. Nag-ikot ikot at nagtingin muna siya ng mga kagamitang pang-opisina na maaari niyang pag-ipunan at bilhin sa hinaharap. Binilhan na rin niya ang sarili niya ng masarap na pagkain dahil sa wakas nairaos niya ang itinakdang araw ng kanyang interbyu. Bukod sa masarap na pagkain, bumili rin siya ng paborito niyang kape bilang gantimpala niya sa sarili niya. Pagkatapos niyang maglibot at kumain, naglalakad na siya patungo sa terminal ng bus. May ngiti sa kanyang mga labi dahil alam niyang handa na siya sa anumang resulta ng kanyang pagsisikap.

Exercises:

Bokabularyo (Matching) Iugnay ang salitang Tagalog sa tamang kahulugan nito sa Ingles.

1. Panayam   (a) Salary

2. Sahod   (b) Interview

3. Maitutulong   (c) To handle / manage

4. Hina-handle   (d) Productivity

5. Pagiging produktibo   (e) Will help

Story 17: "Unang Araw sa City Hall"

Isang Huwebes ng umaga, hindi para magtrabaho, kundi para kumuha ng business permit para sa kanyang maliit na sideline, pumunta si Ana sa City Hall. Dahil "work from home" siya tuwing weekdays, gusto niyang magkaroon ng dagdag na kita sa pamamagitan ng pagbebenta ng mga kakanin online tuwing Sabado at Linggo. Alam ni Ana na bilang isang mabuting mamamayan, kailangang maging legal ang kanyang negosyo kahit ito ay maliit lamang. Nais niyang maging maayos ang lahat bago siya magsimulang tumanggap ng mga order mula sa kanyang mga kaibigan at kapitbahay.

Noong pumasok siya sa City Hall, namangha si Ana sa laki at lawak ng gusali. Maraming tao ang labas-pasok, at maraming mga karatula sa bawat pader na nagbibigay ng direksyon sa mga mamamayang nalilito. "Business One-Stop Shop," ang nakasulat sa isang malaking banner sa gitna ng lobby. Dahil ito ang kanyang unang beses na gagawa ng ganitong proseso, lumapit si Ana sa Information Desk para magtanong kung saan ba dapat magsisimula. Ang staff doon ay mabilis magsalita dahil sa dami ng tao, pero malinaw at maayos ang mga instruksyon nito. Binigyan siya ng isang checklist ng mga kailangan niyang gawin at mga dokumentong kailangang isumite. Sinabihan din siya na huwag mawawala ang kanyang priority number upang hindi masayang ang kanyang paghihintay.

Una, kailangan niyang pumunta sa Window 1 para kumuha at magsagot ng application form. Habang nagsusulat, maingat niyang inilagay ang pangalan ng kanyang munting negosyo. Pagkatapos, kailangan niyang pumunta sa Window 5 para sa assessment o ang pagkalkula ng kanyang mga babayaran. Napansin ni Ana na maayos ang sistema sa City Hall na ito kahit na napakaraming tao. May mga malalakas na electric fan at sapat na mga upuan para sa mga taong naghihintay. Mayroon ding mga water dispenser sa gilid para sa mga nauuhaw.

Habang naglalakad siya sa pagitan ng mga window, nakita ni Ana ang iba't ibang uri ng tao. May mga negosyante na may dalang malalaking bag ng dokumento na tila sanay na sanay na sa proseso. Mayroon ding mga ordinaryong tao na kumukuha lang ng birth certificate o nagbabayad ng buwis sa lupa na may kasamang mga anak. Naisip ni Ana na ang City Hall ay ang tunay na puso ng serbisyo sa siyudad. Dito nagaganap ang lahat ng mahahalagang proseso para sa kaayusan ng mga mamamayan. Ramdam niya ang pagiging bahagi ng isang mas malaking komunidad habang nakapila.

Pagdating niya sa huling window, kailangan na niyang magbayad sa cashier. Medyo mahal ang bayad sa permit para sa kanyang budget, pero alam ni Ana na mahalaga ito. Ang pagkakaroon ng permit ay hindi lamang pagsunod sa batas, kundi nagbibigay din ito ng tiwala at kompiyansa sa kanyang mga customer. Alam nilang malinis at legal ang pagkaing kanilang binibili.

Matapos ang tatlong oras na paglipat-lipat ng window at pagpila, sa wakas ay natapos din siya. Hawak na niya ang kanyang permit na may opisyal na tatak ng siyudad at ang kanyang mga resibo. Ramdam ni Ana ang pagiging isang tunay at responsableng mamamayan. Ang unang araw niya sa City Hall ay naging matagumpay dahil naging handa siya sa kanyang mga dalang dokumento at naging pasensyoso siya sa pagsunod sa tamang proseso. Hindi niya hinayaang talunin siya ng inis sa kabila ng mahabang pila.

Umuwi si Ana na may malaking ngiti sa kanyang mga labi habang pinagmamasdan ang kanyang pangalan sa dokumento. Habang nasa biyahe, iniisip na niya ang kanyang mga plano para sa marketing sa social media. Ngayong legal na ang kanyang maliit na negosyo, mas gaganahan na siyang magluto ng masarap na bibingka at puto bumbong para sa kanyang unang customer sa susunod na Sabado. Narealize niya na kahit nakakapagod ang mga legal na proseso, sulit ito para sa kapayapaan ng isip at para sa paglago ng kanyang pangarap na negosyo. Ang bawat pawis at pagod ay puhunan niya para sa isang masaganang bukas.

Exercises:

Pag-unawa sa Binasa (True or False)

1. _____ Pumunta si Ana sa City Hall para magtrabaho bilang isang staff.
2. _____ Ang sideline ni Ana ay pagbebenta ng mga kakanin online.
3. _____ Inabot ng sampung oras si Ana sa loob ng City Hall.
4. _____ Ang Window 1 ay para sa pagkuha at pagsagot ng application form.
5. _____ Masaya si Ana dahil naging legal na ang kanyang negosyo.

Story 18: "Ang Tawag Mula sa Opisina"

Isang gabi, habang masayang nagluluto si Ana ng kanyang hapunan sa kanyang maliit na apartment. Maya maya ay biglang tumunog ang kanyang telepono sa ibabaw ng lamesa. "Sino kaya ito sa ganitong oras? Gabi na para tumawag ang kahit sino," tanong niya sa sarili habang itinitigil ang paghiwa ng mga sangkap. Noong tiningnan niya ang screen, laking gulat ni Ana at biglang bumilis ang tibok ng kanyang puso. Ito ay isang tawag mula sa kumpanyang inapplyan niya nitong nakaraang "itinakdang araw." Kinabahan si Ana dahil hindi karaniwan na tumatawag ang isang kumpanya sa gabi. Ito ang kumpanyang nag-alok ng isang permanent work-from-home na posisyon na may napakalaking salary offer. Sinagot niya ang tawag nang may halong kaba at sobrang galang. "Hello po? Magandang gabi po," mahinahong sabi ni Ana. Ang tumawag ay ang Manager mula sa bagong opisina. Sinabi nito na mayroon silang magandang balita para sa kanya.

"Ana, gusto naming sabihin na ikaw ang napili namin para sa posisyong ito. Nakita namin ang iyong husay noong interview," paliwanag ng boses sa kabilang linya. Ngunit mayroon ding isang biglaang pakiusap ang Manager. Dahil may malaking pulong ang kumpanya bukas ng umaga kasama ang mga bagong investor, kailangan nilang ihanda ang kontrata ni Ana nang mas maaga sa inaasahan. Kailangang mag- log in ni Ana sa isang video call bukas ng alas-sais ng madaling araw para sa isang maikling orientation bago magsimula ang pormal na pulong. "Kailangan nating linawin ang iyong mga tungkulin at pirmahan ang mga dokumento nang digital," dagdag ng Manager. Humingi rin ito ng paumanhin dahil sa gabing tawag at sa biglaang schedule. Sinabi ni Ana na ayos lang ito at masaya siyang tatanggapin ang hamon.

Pagkatapos ng tawag, napaupo si Ana sa kanyang sofa at napabuntong-hininga sa tuwa. Narealize niya na ang pangarap niyang mas mataas na sweldo ay totoo na, pero naramdaman din niya na ang malaking offer ay may kasamang mas malaking responsibilidad. Kailangan niyang bilisan ang kanyang pagkain at matulog nang maaga para maging gising na gising ang kanyang isip bukas. Agad niyang inayos ang kanyang workspace at tiningnan kung mabilis ang kanyang internet connection. Ayaw niyang magkaroon ng problema sa kagamitan sa kanyang unang araw sa bagong kumpanya.

Kahit medyo nabigla sa bilis ng mga pangyayari, naisip ni Ana na ang tawag na iyon ay isang tanda ng tiwala. Pinagkakatiwalaan siya sa isang mahalagang posisyon dahil sa kanyang husay sa komunikasyon at katapatan. Sa gitna ng gabi, bago siya matulog, nanalangin siya na sana ay maging maayos ang lahat para sa kanyang panibagong simula. Ang laki rin ng kanyang pasasalamat sa itaas dininig ang matagal na niyang hiling. Ang buhay sa mundo ng work-from-home ay puno ng mga sorpresa at biglaang trabaho, pero handa si Ana na harapin ito para sa kanyang kinabukasan. Natulog siya nang may disiplina, handang gumising bago pa man sumikat ang araw. Ang tawag na iyon ay hindi lang istorbo sa kanyang hapunan, kundi ang simula ng katuparan ng kanyang mga pangarap at pangarap para sa kanyang pamilya.

Exercises:

Bokabularyo (Matching) Iugnay ang salitang Tagalog sa tamang Ingles.

1. **Napili**
2. **Tungkulin**
3. **Mensahe**
4. **Oryentasyon**
5. **Kontrata**

(a) Duty / Task
(b) Chosen / Selected
(c) Orientation / Introduction
(d) Contract
(e) Message

Story 19: "Hindi Ko Matanggap ang Pagkakamali Ko"

Masayang-masaya si Ana dahil sa wakas ay nagsimula na siya sa kanyang bagong trabaho. Ito ay isang permanent work-from-home na posisyon na may napakataas na sahod. Dahil bago pa lamang siya sa kumpanya, gusto niyang ipakita sa lahat na siya ay magaling, masipag, at maaasahan kahit hindi siya nakikita nang personal ng kanyang mga katrabaho. Sa kanyang unang linggo, maaga siyang naglo-log in sa kanyang laptop at mabilis siyang sumasagot sa lahat ng mga chat sa kanilang messaging app. Ngunit isang Huwebes ng hapon, nagkaroon ng isang malaking problema. Dahil sa dami ng mga ginagawa at sa bilis ng takbo ng trabaho sa kumpanya, nakalimutan ni Ana na i-save ang isang napakahalagang file para sa presentation ng kanyang boss. Ito ang dokumentong gagamitin para sa malaking video call kasama ang mga investor kinabukasan. Nang hanapin ito ng kanyang boss sa kanilang shared folder sa internet, wala itong makita. Biglang nanlamig ang mga kamay ni Ana at bumilis ang tibok ng kanyang puso habang nakatingin sa kanyang monitor. "Naku, pasensya na po, hindi ko po mahanap ang file," type ni Ana sa chat nang may matinding takot at kaba. Kahit mabait ang kanyang boss at sinabing ayos lang ito dahil maaari pa naman itong gawin muli, hindi mapatawad ni Ana ang kanyang sarili. Para sa kanya, ang pagkakamaling iyon ay tanda ng kawalan ng disiplina sa kanyang bagong trabaho.

Pagkatapos ng kanyang shift, punong-puno si Ana ng frustration. Hindi siya lumabas ng kanyang kwarto para kumain ng hapunan. "Bakit ako nagkamali sa napakasimpleng bagay? Hindi ko ito matanggap!" sabi niya sa sarili habang nakatingin sa kanyang workspace. Para sa kanya, ang maliit na pagkakamaling iyon ay isang malaking kahihiyan sa harap ng kanyang bagong kumpanya. Naramdaman niya ang matinding stress dahil gusto niyang maging perpekto sa lahat ng oras. Naisip niya na baka hindi siya karapat-dapat sa mataas na sahod na ibinigay sa kanya. Hindi nakatulog si Ana nang gabing iyon dahil sa sobrang pag-iisip o overthinking. Paulit-ulit niyang naaalala ang mensahe ng kanyang boss at ang kanyang sariling pagkakamali sa pag-save ng dokumento. Sa kanyang pag-aalala, tinawagan niya ang kanyang kaibigang si Miggy para humingi ng payo. Sinabi ni Miggy nang may malambot na boses, "Ana, tao ka lang. Lahat tayo ay nagkakamali, lalo na sa unang linggo sa bagong trabaho. Ang mahalaga ay kung ano ang gagawin mo pagkatapos ng mali." Doon napagtanto ni Ana na ang kanyang matinding frustration ay hindi galing sa kanyang boss, kundi sa sarili niyang pressure. Masyado niyang pinahihirapan ang kanyang sarili sa bahay. Sa sumunod na araw, huminga nang malalim si Ana bago mag-log in sa kanyang laptop. Humingi siya ng paumanhin muli sa kanyang boss sa pamamagitan ng isang maayos na email at nagprisinta na tapusin ang file nang mas maaga bago ang pulong.

Gumawa rin si Ana ng isang bagong sistema sa kanyang laptop at binuhay niya ang auto-save na feature ng kanyang mga application at gumawa siya ng isang checklist sa kanyang tabi. Natutunan ni Ana na ang pagtanggap sa sariling pagkakamali ay ang unang hakbang para maging isang tunay at mas mabuting propesyonal. Narealize niya na ang pagkakamali ay hindi dulo ng mundo, kundi isang pagkakataon para matuto at maging mas maingat sa susunod na mga araw.

Exercises:

Pag-unawa sa Binasa (True or False) Isulat ang **T** kung Tama at **M** kung Mali.

1. _____ Nakalimutan ni Ana na i-save ang isang mahalagang *file* para sa kanyang boss.
2. _____ Nagalit nang husto ang boss ni Ana at tinanggal siya sa trabaho sa chat.
3. _____ Hindi nakatulog si Ana dahil sa sobrang pag-iisip tungkol sa kanyang mali.
4. _____ Sinabi ni Miggy kay Ana na dapat siyang maging perpekto sa lahat ng oras.
5. _____ Gumawa si Ana ng bagong sistema upang hindi na maulit ang kanyang pagkakamali.

Story 20: "Ang Ngiti ng mga Bata"

Isang maaliwalas na Sabado ng hapon, nagpasya si Ana na pumunta sa isang ampunan na malapit sa kanyang tinitirhan para magboluntaryo. Pagod na pagod si Ana galing sa kanyang mabigat na trabaho sa buong linggo. Dahil sa bago niyang posisyon na may mas mataas na sahod, naging mas abala rin ang kanyang schedule. Gayunpaman, naramdaman ni Ana na kailangan niyang lumabas sa kanyang apartment at gumawa ng isang bagay na may kabuluhan para sa ibang tao.

Pagpasok niya sa malaking gate ng ampunan, agad siyang sinalubong ng tunog ng mga bata na nagtatakbuhan at nagtatawanan sa bakuran. May isang maliit na batang lalaki na may suot na kulay pulang kamiseta ang lumapit sa kanya. Nahihiya pa ito noong una, pero dahan-dahan itong nag-abot ng isang makulay na drowing. "Para sa inyo po, Ate," sabi ng bata nang may malaking ngiti sa kanyang mga labi. Biglang naramdaman ni Ana na parang nawala ang lahat ng kanyang pagod sa opisina. Ang simpleng ngiti ng mga bata ay sapat na pala para magbago ang kanyang mood at magaan ang kanyang pakiramdam.

Buong hapon silang naglaro ng iba't ibang laro sa bakuran. Pagkatapos maglaro, naupo sila sa ilalim ng isang malaking puno para magbasa ng mga kuwentong pambata. Nakita ni Ana na kahit wala silang kasamang mga magulang, ang mga batang ito ay marunong pa ring maging masaya sa maliliit na bagay. Tinuruan ni Ana ang mga bata kung paano gumuhit ng mga makukulay na bulaklak at matatayog na puno. Habang maingat silang nagkukulay gamit ang mga krayola, nagkukuwento ang mga bata tungkol sa kanilang mga simpleng pangarap. Ang isa ay gustong maging pulis para makatulong sa kapayapaan, at ang isa naman ay gustong maging guro tulad ng mga nag-aalaga sa kanila.

Ang kanilang mga mata ay nagniningning sa tuwa at pag-asa habang ibinabahagi ang kanilang mga munting pangarap. Naramdaman ni Ana ang isang uri ng kaligayahan na hindi nabibili ng kahit anong halaga ng pera. Narealize niya na kahit marami siyang deadline sa trabaho, ang pagbibigay ng oras para sa ganitong uri ng aktibidad ay mahalaga para sa kanyang puso. Ang ampunan ay naging lugar kung saan nakalimutan muna ni Ana ang kanyang mga stress sa laptop at internet connection.

Bago sumapit ang gabi at kailangan na niyang umuwi, binigyan si Ana ng mahigpit na yakap ng lahat ng mga bata. "Balik po kayo, Ate Ana! Huwag niyo po kaming kakalimutan," sigaw nila habang kumakaway sa kanya mula sa pintuan. Habang naglalakad pauwi sa kanyang apartment, hindi maalis ang ngiti sa mga labi ni Ana. Naisip niya na kung minsan, masyado tayong abala sa ating sariling mga problema at sa paghahabol ng promosyon kaya nakakalimutan nating tumingin sa ating paligid.

Ang pagbibigay ng oras at atensyon sa iba ay isang mabisang paraan para makahanap ng sariling kapayapaan. Ang ngiti ng mga bata ay nagsilbing paalala kay Ana na ang tunay na kayamanan ay hindi lamang makikita sa bank account o sa taas ng posisyon sa trabaho, kundi nasa ating puso at sa kung paano tayo nakakaapekto sa buhay ng iba. Umuwi si Ana na may dalang bagong inspirasyon para sa susunod niyang linggo sa trabaho.

Exercises:

Pag-unawa sa Binasa (Multiple Choice)

Piliin at bilugan ang titik ng tamang sagot. (Choose and circle the letter of the correct answer.)

1. Bakit pumunta si Ana sa ampunan kahit siya ay pagod galing sa trabaho?

(a) Dahil kailangan niyang magtrabaho doon para sa kumpanya.

(b) Dahil gusto niyang magboluntaryo at makatulong sa iba.

(c) Dahil doon nakatira ang kanyang matalik na kaibigan.

2. Ano ang naramdaman ni Ana noong ngumiti at nagbigay ng drowing ang batang lalaki?

(a) Biglang nawala ang kanyang pagod at gumanda ang kanyang mood.

(b) Nainis siya dahil madumi ang papel na ibinigay sa kanya.

(c) Wala siyang naramdaman at itinuloy lang ang paglalakad.

3. Ano ang itinuro ni Ana sa mga bata habang sila ay magkakasama sa ampunan?

(a) Paano gumamit ng computer at gumawa ng presentation.

(b) Paano gumuhit at magkulay ng mga bulaklak at puno.

(c) Paano magluto ng kakanin para sa kanilang meryenda.

4. Ano ang pangarap ng mga batang nakasama ni Ana sa kuwento?

(a) Ang maging mga sikat na vlogger at artista.

(b) Ang maging mga doktor at nars sa malalaking ospital.

(c) Ang maging mga pulis at guro upang makatulong sa iba.

5. Ayon sa kuwento, ano ang naging mahalagang paalala kay Ana ng mga bata?

(a) Na kailangan niyang magtrabaho nang mas matagal para yumaman.

(b) Na ang tunay na kayamanan ay nasa ating puso at sa pagtulong sa kapwa.

(c) Na kailangan niyang bumili ng mas maraming gamit sa pagdodrowing.

Story 21: "Isang Di-Inasahang Balik-Tanaw: Ang Surpresa sa Paaralan"

Maliwanag ang sikat ng araw nang tumapak si Ana sa pamilyar na semento ng Mababang Paaralan ng San Jose. Bitbit ang dalawang mabigat na kahon ng mga aklat, dahan-dahan siyang naglakad patungo sa gusaling matagal na niyang hindi nadalaw. Ang layunin niya ay simple lang, ibahagi ang kanyang mga koleksyon ng mga libro sa silid-aklatan na naging kanlungan niya noong kabataan niya. Ngunit lingid sa kanyang kaalaman, ang araw na ito ay hindi lamang tungkol sa pagbibigay, kundi tungkol din sa muling pagtanggap.

Habang naglalakad sa koridor, naririnig pa ni Ana ang hiyawan ng mga bata at ang tunog ng bell. Ang amoy ng tisa at lumang kahoy ay nagdala sa kanya sa mga alaala ng kanyang pagkabata. Nang makarating siya sa tapat ng pintuan ng silid-aklatan, huminga siya nang malalim. Itinulak niya ang pinto at laking gulat niya na madilim ang loob nito kahit tirik na tirik ang araw sa labas. Biglang bumukas ang mga ilaw at isang sabay-sabay na sigaw ang bumasag sa katahimikan: "Surpresa! Maligayang Kaarawan, Ana!" Nabitiwan ni Ana ang hawak na kahon (mabuti na lamang at malapit na ito sa sahig). Nanlaki ang kanyang mga mata at napahawak sa kanyang dibdib. Sa gitna ng silid, nakatayo ang kanyang paboritong guro na si Bb. Santos, na may hawak na maliit na keyk.

Ngunit ang mas nakagulat sa kanya ay ang mga pamilyar na mukhang nakapaligid dito. Ang kanyang mga dating kaklase na hindi niya nakita nang mahigit sampung taon. "Paano niyo nalaman na pupunta ako rito?"

nauutal na tanong ni Ana habang pilit pinipigilan ang pag-agos ng luha. "Tumawag sa akin ang nanay mo noong isang linggo," natatawang paliwanag ni Bb. Santos. "Sinabi niya ang balak mong pagbisita para mag-donate ng libro. Agad kong tinawagan ang mga dati mong kaibigan. Alam naming espesyal ang araw na ito para sa iyo."

Inihanda ni Bb. Santos ang isang simple ngunit masaganang salu-salo sa gitna ng silid-aklatan. Mayroong mainit na pancit bihon na puno ng gulay, malagkit at matamis na biko, at pitsel ng malamig na juice. Habang kumakain, tila bumalik sila sa pagiging mga paslit. Ang silid na dati ay puno ng katahimikan para sa pag-aaral ay napuno ng tawanan at kuwentuhan. Ibinahagi ng bawat isa ang kanilang mga pinagdaanan.

Habang papalubog ang araw, dahan-dahang nagpaalam ang kanyang mga kaibigan. Naiwan si Ana at si Bb. Santos sa loob ng silid-aklatan. Tumingin si Ana sa paligid, sa mga lumang istante kung saan siya madalas magtago noon kapag pagod siya sa pressure ng mga pagsusulit. Napagtanto niya na ang paaralang ito ay hindi lamang gusali; ito ay pundasyon ng kanyang pagkatao.

Umuwi si Ana na hindi lamang gumaan ang mga kamay dahil sa mga naibigay na libro, kundi lalong bumigat ang kanyang puso dahil sa ligaya. Ang supresang iyon ay isang mahalagang paalala na sa mabilis na takbo ng mundo, may mga ugnayang hindi kayang burahin ng panahon. Ang pagmamahal na itinanim niya sa kanyang paaralan noon ay bumalik sa kanya sa paraang hindi niya inaasahan.

Exercises:

Tama o Mali (True or False)

Isulat ang **T** kung tama ang pahayag at **M** kung mali.

1. _______ Ang layunin ni Ana sa pagpunta sa paaralan ay para mag-apply ng bagong trabaho bilang guro.
2. _______ Nagulat si Ana dahil may "Surprise Party" ang kanyang mga dating kaklase at guro.
3. _______ Ang nanay ni Ana ang nakipag-usap kay Bb. Santos para ayusin ang surpresa.
4. _______ Masama ang loob ni Ana dahil nalaman niyang hindi na siya kilala ng kanyang guro.
5. _______ Sa huli, narealize ni Ana na ang paaralan ay mahalagang pundasyon ng kanyang pagkatao.

Story 22: "Ang Bigat ng Pag-iisa"

Ang buhay sa gitna ng siyudad ay parang isang walang katapusang karera, kahit na hindi ka na lumalabas ng bahay. Para kay Ana, ang bawat araw ay nagsisimula sa tunog ng alarm clock sa madaling araw, ngunit sa halip na siksikang MRT, ang kanyang pakikipagsapalaran ay nagaganap sa tapat ng kanyang laptop. Bilang isang remote worker, ang kanyang maliit na apartment ay nagsisilbing opisina, kainan, at tulugan. Ang hangganan sa pagitan ng trabaho at pahinga ay tuluyan nang naglaho.

Ngunit ang gabing ito ay iba. Pagkatapos ng halos labindalawang oras na pagharap sa computer, sinalubong siya ng isang tanawing nagpaguho sa natitira niyang lakas. Pagpunta niya sa kusina para kumuha ng tubig, nakita niya ang isang malaking mantsa sa kisame na dahan-dahang naglalabas ng tubig. Tulo. Tulo. Tulo. Ang bawat patak ng tubig sa sahig ay tila isang paalala ng kanyang mga hindi natapos na report, ng mga e-mail na hindi pa nasasagot, at ng kanyang talamak na kakulangan sa tulog. Sa sobrang pagod, hindi na nagawang mag-ayos ng sarili ni Ana. Napaupo siya sa malamig na sahig sa tapat mismo ng kanyang work desk, niyakap ang kanyang mga tuhod, at hinayaang dumaloy ang mga luhang kanina pa niya pinipigilan. "Hindi ko na kaya!" sigaw niya sa gitna ng dilim. Ang boses niya ay basag at puno ng pait. Sa sandaling iyon, ang apartment na dapat ay kanyang "safe space" ay naging simbolo ng lahat ng bagay na nasisira sa kanyang buhay. Pakiramdam niya ay nilalamon siya ng stress, at dahil mag-isa lang siya sa bahay, tila mas lalong bumibigat ang bawat minuto.

Hindi nakatulog si Ana nang maayos. Ang ritmo ng tubig na tumatama sa plangganang itinapat niya sa tagas ay naging tila isang "torture" sa kanyang pandinig, lalo na't kailangan niyang gumising nang maaga para sa isang virtual meeting. Kinabukasan, humarap siya sa camera na parang isang anino—maputla at walang enerhiya. Sa kabutihang palad, napansin ito ng kanyang katrabahong si Miggy sa pamamagitan ng kanilang messaging app. Si Miggy ay kilala sa pagiging laging positibo at sensitibo sa nararamdaman ng iba. Pagkatapos ng meeting, agad siyang nag-send ng pribadong mensahe kay Ana. "Ana, napansin ko sa video call kanina, mukhang dala mo ang bigat ng buong mundo. Gusto mo bang pag-usapan? Pwede tayong mag-short call muna," mensahe ni Miggy.

Sa simula, nag-atubili si Ana. Sanay siyang maging "independent" dahil sanay siyang mag-isa sa bahay. Ngunit sa isang iglap, bumigay ang kanyang depensa. Sa pamamagitan ng tawag, ibinuhos ni Ana ang lahat ng kanyang hinaing. Ang tungkol sa nasirang kisame, ang pagod sa pagiging "always on" sa trabaho, at ang pakiramdam na nakakulong siya sa apat na sulok ng kanyang kuwarto. Hinayaan lang siya ni Miggy na magsalita. "Alam mo, Ana," simula ni Miggy, "hindi dahil work from home tayo ay kailangan nating solohin ang lahat. Hindi tayo mga robot. Ang pag-amin na kailangan mo ng pahinga ay hindi kahinaan—ito ay katapangan." Hindi lang payo ang ibinigay ni Miggy. Tinulungan niya rin si Ana na humanap ng tubero na malapit sa lugar nito at nag-alok pa na siya muna ang sasagot sa ilang urgent tasks ni Ana para makapagpahinga ito. Sa simpleng tulong na iyon, tila nabawasan ang malaking tinik sa dibdib ni Ana. Natutunan ni Ana na kahit nasa loob lang siya ng bahay, hindi kailangang solohin ang lahat ng bigat. Ang pagtanggap na pagod ka na ay ang unang hakbang upang makahinga nang malalim at makabangon muli nang mas matatag.

Exercises:

Bokabularyo (Fill in the Blanks)

Panuto: Piliin ang tamang salita sa loob ng panaklong upang mabuo ang bawat pangungusap.

1. Ang apartment ni Ana ay nagsisilbing (**palengke** | **opisina**) dahil siya ay isang *remote worker*.
2. Umiyak si Ana dahil sa matinding (**saya** | **stress**) mula sa trabaho at mga problema sa bahay.
3. Ibinuhos ni Ana ang lahat ng kanyang (**hinaing** | **pera**) kay Miggy sa pamamagitan ng tawag.
4. Nakakita si Ana ng malaking (**mantsa** | **bulaklak**) sa kisame na dahan-dahang naglalabas ng tubig o tagas.
5. Sinabi ni Miggy na ang pag-amin na kailangan mo ng pahinga ay hindi kahinaan kundi (**katapangan** | **kasalanan**).

Story 23: "Sa Likod ng Status: Tama ang Aking Hinala"

Sa mundo ng remote work, ang tanging bintana ni Ana sa buhay ng kanyang mga katrabaho ay ang maliliit na berdeng bilog sa tabi ng kanilang mga pangalan sa messaging app. Nitong mga nakaraang araw, may napapansin siyang kakaiba sa kanyang katrabahong si Henry. Laging "Away" o "Offline" ang status nito pagdating ng alas-tres ng hapon, at madalas itong hindi sumasagot sa mga urgent na chat. "Tama ang aking hinala, may itinatago si Henry," bulong ni Ana sa kanyang sarili habang nakatitig sa kanyang monitor sa loob ng kanyang madilim na silid.

Dahil sa layo nila sa isa't isa, mabilis na lumipad ang imahinasyon ni Ana. Akala niya ay baka nag-aapply na si Henry sa ibang kumpanya o kaya naman ay sadyang iniiwasan ang kanilang mga task dahil sa isang nakaraang hindi pagkakaunawaan tungkol sa isang project. Sinubukan niyang maging mas mapagmatyag. Sa tuwing nagkakaroon sila ng virtual meeting, sinusuri ni Ana ang tono ng boses ni Henry at ang paligid nito sa camera. Isang hapon, habang hindi sinasadyang naka-unmute si Henry, narinig ni Ana na may binabanggit itong "catering," "balloons," at "invitations" sa isang kausap sa background.

Dahil sa matinding kuryosidad, hindi na matiis ni Ana. Gusto niyang malaman kung tuluyan na ba silang iiwan ng kanyang katrabaho. Ngunit bago pa siya makapag-message para mag-usisa, nakatanggap siya ng notification mula kay Henry. Isang private Zoom link ang ipinadala nito sa kanya. "Ana, pwede ka bang sumama sa mabilis na call? May aaminin ako sa iyo," sabi sa chat. Kinabahan si Ana; handa na siyang marinig ang balitang magre-resign na ito. Nang magbukas ang camera, hindi seryosong mukha ni Henry ang nakita niya, kundi isang screen share ng isang spreadsheet na puno ng mga plano. "Ana, tama ang iyong hinala na may kakaiba akong ginagawa nitong mga nakaraang araw," simula ni Henry. "Gusto ko sanang humingi ng tulong para sa surpresang retirement party ni Gng. Reyes. Hirap na hirap na akong mag-asikaso mag-isa habang nagtatrabaho, at alam kong ikaw ang pinakamagaling pagdating sa mga digital toolkit at pag-organisa."

Nagulat si Ana at bahagyang napahiya. Malayo ang kanyang iniisip sa katotohanan. Akala niya ay negatibo ang dahilan ng pagiging "busy" ni Henry, pero para pala ito sa kanilang iginagalang na boss na malapit nang magretiro. Natawa si Ana sa kanyang sarili habang nasa harap ng webcam. "Akala ko kung ano na, Henry! Sige, tutulungan kita," sagot niya nang may relief. Dahil sa setup na work from home, naging hamon ang pagpaplano nang hindi nalalaman ni Gng. Reyes. Masaya si Ana na tama ang kanyang pakiramdam na may kakaiba, pero mali ang kanyang naging husga. Agad siyang tumulong sa pag-iisip ng mga digital surprises, kabilang ang isang video at isang online tribute wall.

Ang karanasang ito ay nagturo kay Ana ng isang mahalagang aral. Sa kabila man ng distansya ng remote work, madaling magkaroon ng maling akala dahil hindi natin nakikita ang kabuuan ng buhay ng iba. Mas mabuti ang magtanong nang direkta kaysa bumuo ng sariling senaryo sa isip. Dahil sa pagtutulungan nila sa virtual na party, hindi lang naging matagumpay ang programa, kundi naging mas matatag din ang kanilang pagkakaibigan kahit sa harap lamang ng screen.

Exercises:

A. Pag-unawa sa Binasa (Multiple Choice)

Piliin ang titik ng pinakatamang sagot.

1. Ano ang napansin ni Ana na kakaiba sa status ni Henry?

(a) Laging "Online" at mabilis sumagot sa chat.

(b) Laging "Away" o "Offline" pagdating ng alas-tres ng hapon.

(c) Laging nagpapadala ng mga nakakatawang *meme*.

2. Ano ang unang hinala ni Ana tungkol kay Henry?

(a) Akala niya ay magre-resign na ito o umiiwas sa trabaho.

(b) Akala niya ay may sakit ang pamilya ni Henry.

(c) Akala niya ay nanalo si Henry sa lotto.

3. Ano ang totoong dahilan kung bakit busy si Henry?

(a) Nag-aayos siya ng sarili niyang kasal.

(b) Nagpaplano siya ng retirement party para sa kanilang boss.

(c) Natutulog lang siya tuwing hapon.

B. Bokabularyo (Fill in the Blanks)

Punan ang patlang gamit ang tamang salita mula sa kuwento.

4. Naging malayo ang ___________ ni Ana dahil hindi niya nakikita ang
    ginagawa ni Henry. (**imahinasyon** | **bahay**)

5. Mahalaga ang magtanong nang __________ kaysa bumuo ng maling akala. (**direkta** | **pabulong**)

Story 24: "Ang Balde ng Problema sa Gitna ng Pagsubok"

Para kay Ana, ang pagtatrabaho sa loob ng sariling tahanan ay hindi palaging nangangahulugan ng katahimikan. Sa katunayan, ang kanyang maliit na workspace sa sulok ng kwarto ay naging saksi sa unti-unting pagkapuno ng kanyang "balde ng problema." Ngayong linggo, tila nakikipagsabwatan ang tadhana upang subukin ang kanyang pasensya. Habang hinaharap ang tambak na deadline, sabay-sabay na bumuhos ang mga aberyang hindi niya inaasahan.

Nagsimula ang lahat sa isang Lunes ng umaga. Habang nasa gitna ng isang mahalagang video conference, biglang nawalan ng koneksyon ang kanyang internet. Sinundan pa ito ng pagkasira ng kanyang laptop charger, na tila hudyat na magiging madilim ang kanyang buong linggo. Ngunit ang pinakamabigat na dagdag sa kanyang balde ay hindi ang teknolohiya, kundi ang balitang nanggaling sa kanyang pamilya. Nakatanggap siya ng tawag tungkol sa lumalalang sakit ng kanyang ama sa probinsya, at sa halip na pagtutulungan, ang kanyang mga kapatid ay nagbabangayan sa kanilang group chat tungkol sa mga gastusin. Ang bawat notification sa kanyang phone ay nagiging dahilan ng pagkawala ng kanyang konsentrasyon.

"Balde ng problema ang dala-dala ko, at tila anumang oras ay aapaw na ito," bulong ni Ana habang nakasapo sa kanyang ulo sa tapat ng patay na monitor. Ang stress ng pagiging "always available" sa trabaho at ang bigat ng obligasyon sa pamilya ay naging isang lason sa kanyang isipan. Pakiramdam niya ay wala siyang takas dahil ang lugar kung saan siya dapat nagpapahinga ay siya ring lugar kung saan siya nakakaramdam ng matinding pagod at lungkot.

Dahil sa bigat ng kanyang dinadala, naging mainit ang ulo ni Ana. Madali siyang mairita sa mga simpleng tanong ng kanyang mga kasamahan sa chat. Napansin ito ng kanyang kaibigan. Napansin ito ng kaibigan ni Ana nang mag-usap sila sa telepono. "Ana, naririnig ko sa boses mo na parang puno ng lungkot o problema ang boses mo. Kapag hinayaan mong puro problema ang nasa isipan mob aka mawala ka sa tamang pag-iisip nyan," paalala ng kaibigan ni Ana. Pinilit niya si Ana na isara muna ang kanyang laptop at lumabas ng bahay kahit sandali lang.

Naglakad-lakad sila sa isang parke, malayo sa mga kable at screen. Habang kumakain ng ice cream, ipinaliwanag ng kaibigan ni Ana na ang problema sa pamilya at trabaho ay hindi kailangang solusyunan nang sabay-sabay sa loob ng isang oras. "Kailangan mong magbawas ng problema para makahinga ka. Unahin mo ang sarili mo para magkaroon ka ng lakas na tumulong sa iba," dagdag pa nito. Napagtanto ni Ana na ang kanyang pagpipilit na maging matatag para sa lahat ay lalo lamang nagpapahina sa kanya.

Pag-uwi niya, dahan-dahan niyang inayos ang bawat problema. Nag-order siya ng bagong charger, kinausap ang kanyang mga kapatid nang masinsinan tungkol sa budget para sa kanilang ama, at nagpaalam sa kanyang supervisor na kailangan niya ng kaunting oras para sa isang emergency. Natutunan ni Ana na ang mga problema ay parang tubig sa balde; hindi ito mababawasan kung titingnan mo lang. Kailangan itong itapon nang paunti-unti sa pamamagitan ng paggawa ng mga hakbang na may pasensya. Sa huli, naintindihan niya na ang pagpapakumbaba at paghingi ng tulong ay hindi tanda ng kahinaan, kundi isang paraan upang makabangon muli nang mas malakas at mas handa sa mga susunod na hamon ng buhay.

Exercises:

A. Tama o Mali (True or False)

Isulat ang **T** kung ang pangungusap ay tama at **M** kung ito ay mali.

1. ______ Nagsimula ang problema ni Ana nang masira (overheat) ang kanyang laptop.
2. ______ Masaya ang usapan ng mga kapatid ni Ana sa kanilang *family group chat*.
3. ______ Nawalan ng gana kumain at hindi nakatulog nang maayos si Ana dahil sa *stress*.
4. ______ Pinayuhan ni Lisa si Ana na pasanin ang lahat ng problema ng kanyang pamilya.
5. ______ Humingi si Ana ng *extension* sa kanyang trabaho upang makapagpahinga at maayos ang problema.

Story 25: "Biyahe Pauwing Probinsya"

Para kay Ana, ang tunog ng keyboard at ang liwanag ng monitor ang naging mundo niya sa nakalipas na dalawang taon. Bilang isang **work-from-home** professional sa gitna ng siksikang Maynila, ang kanyang buhay ay umiikot sa mga virtual meeting, mahigpit na deadline, at ang walang katapusang ingay ng mga sasakyan sa labas ng kanyang apartment. Ngunit ang araw na ito ay iba. Ito ang araw na matagal na niyang minarkahan sa kanyang kalendaryo. Ito ang araw ng kanyang pag-uwi sa kanilang probinsya.

Madaling araw pa lamang ay gising na si Ana. Sa kabila ng puyat mula sa tinapos na mga ulat kagabi, bakas sa kanyang mukha ang kakaibang sigla. Maingat niyang inayos ang kanyang malaking bag, tinitiyak na kasya ang lahat ng pasalubong na pinag-ipunan niya. Ito ay mga bagong damit para sa kanyang nanay, mga paboritong kape para sa kanyang tatay, at mga makukulay na laruan para sa kanyang mga pamangkin. Bitbit ang mabigat na bag at ang pananabik sa kanyang puso, nagtungo siya sa terminal ng bus. "Sa wakas, makakalanghap na rin ako ng sariwang hangin at makakatakas sa ingay ng siyudad," bulong niya habang naghihintay sa pila.

Nang makasakay sa bus, pinili ni Ana ang upuan sa tabi ng bintana. Habang unt-unting lumalayo ang bus mula sa terminal, pinanood niya ang pagliit ng mga matatangkad na gusali ng Maynila. Ang mga kalsadang puno ng usok at semento ay unt-unting napalitan ng tanawin ng mga luntiang palayan na tila sumasayaw sa hangin. Ang mga billboard ay naglaho at pinalitan ng malalawak na taniman ng niyog at mga bundok na nababalot ng asul na hamog.

Naramdaman ni Ana ang unt-unting pagluwag ng dibdib na matagal nang sinasakal ng stress. Ipinikit niya ang kanyang mga mata at hinayaan ang malamig na simoy ng hangin na humaplos sa kanyang mukha. Sa kanyang isip, nagbalik ang mga alaala ng kanyang kabataan. Ito ay ang mga hapon na pagligo sa malinaw na ilog, ang pagtakbo sa pilapil, at ang simpleng kaligayahan ng pagkain ng hilaw na mangga sa ilalim ng malalagong puno. Kahit mahaba at nakakangalay ang biyahe, hindi siya nakaramdam ng inip. Ang bawat kilometro ay tila isang hakbang pabalik sa kanyang tunay na sarili.

Pagdating sa kanto ng kanilang baranggay, hindi pa man siya nakakababa ng tricycle ay natanaw na niya ang pamilyar na kawayang gate ng kanilang bakuran. Sinalubong siya ng kanyang pamilya nang may mga ngiting abot-langit at mahihigpit na yakap. "Salamat at nakauwi ka rin, anak," may luha sa matang sabi ng kanyang nanay na si Aling Rosa. Sa sandaling iyon, ang lahat ng pagod sa trabaho at ang bigat ng buhay-siyudad ay tila naglaho na parang bula.

Kinagabihan, nagtipon-tipon sila sa kanilang maliit na hapag-kainan. Kahit simpleng ulam lamang na inihaw na tulingan, sariwang gulay, at mainit na sabaw ang nakahain, ito ang naging pinakamasarap na hapunan para kay Ana. Ang tawanan ng kanyang mga pamangkin at ang mga kuwento ng kanyang mga magulang ang naging pinakamabisang gamot sa kanyang "burnout."

Ang biyaheng ito ay naging isang mahalagang paalala para kay Ana. Napagtanto niya na kahit gaano siya kaganda ang kanyang career sa siyudad, ang kanyang tahanan sa probinsya ang laging magsisilbing sandalan na magbibigay sa kanya ng tunay na kapayapaan, lakas, at inspirasyon upang harapin muli ang mga hamon ng bukas.

Exercises:

I. Pagpili ng Tamang Sagot (Multiple Choice) Basahin ang mga tanong at piliin ang titik ng pinakatamang sagot.

1. Ano ang naging "mundo" ni Ana sa loob ng dalawang taon bago siya umuwi sa probinsya?

(a) Ang paglalaro sa ilog at pagtakbo sa bukid.

(b) Ang tunog ng keyboard at liwanag ng monitor.

(c) Ang pagtitinda ng kakanin sa palengke.

2. Bakit bakas ang kakaibang sigla sa mukha ni Ana kahit siya ay puyat?

(a) Dahil nanalo siya sa isang raffle sa kumpanya.

(b) Dahil sa wakas ay makakauwi na siya sa kanyang pamilya sa probinsya.

(c) Dahil bibili siya ng bagong laptop sa mall.

3. Ano ang napansin ni Ana na nagbago sa tanawin habang lumalayo ang bus sa Maynila?

(a) Mas dumami ang mga matatangkad na gusali at billboard.

(b) Ang mga kalsadang puno ng usok ay napalitan ng mga luntiang palayan at bundok.

(c) Nakakita siya ng maraming *work-from-home* professionals sa kalsada.

II. Punan ang Patlang (Fill in the Blanks) Piliin ang tamang salita mula sa kahon upang mabuo ang pangungusap.

(pasalubong | burnout | luntiang)

4. Inayos ni Ana ang kanyang malaking bag na puno ng mga __________ para sa kanyang nanay, tatay, at mga pamangkin.

5. Ang tawanan at mga kuwento ng kanyang pamilya ang naging pinakamabisang gamot sa kanyang __________ mula sa mabigat na trabaho sa siyudad.

Story 26: "Ang naantalang biyahe"

Dapat ay babalik na si Ana sa maingay at siksikang siyudad noong Linggo ng hapon. Nakaayos na ang kanyang mga gamit, kabilang ang kanyang laptop at mga dokumentong kailangan para sa susunod na linggo. Ngunit tila may ibang plano ang langit. Mula sa madilim na ulap, bumuhos ang isang napakalakas na ulan na nagdulot ng pagbaha sa mga pangunahing kalsada palabas ng kanilang probinsya. "Ang naantalang biyahe ay hindi biro," buntong-hininga ni Ana habang nakatingin sa labas ng bintana, pinapanood ang mga dahon ng saging na humahampas sa hangin.

Dahil sa masamang panahon, kinansela ang lahat ng biyahe ng bus. Bilang isang taong sanay sa higpit ng schedule sa siyudad, agad na nakaramdam ng kaba si Ana. Bagaman siya ay **work-from-home**, may mga takdang oras pa rin siyang dapat sundin at mga virtual meeting na kailangang daluhan. Natakot siya na baka isipin ng kanyang mga kasamahan na ginagawa niyang dahilan ang ulan para humaba ang kanyang bakasyon. Agad niyang binuksan ang kanyang messaging app at tinawagan ang kanyang boss upang magpaliwanag.

Mabuti na lamang at naging maunawain ang kanyang boss. "Huwag kang mag-alala, Ana. Kaligtasan mo ang mahalaga. At dahil naka-WFH naman tayo, hangga't may kuryente at signal ka dyan, maaari ka namang mag-log in sa Lunes kahit nasa probinsya ka pa," malumanay na sabi ng kanyang boss. Sa sandaling iyon, tila natanggal ang isang malaking bara sa lalamunan ni Ana. Dahil sa modernong paraan ng pagtatrabaho, ang distansya ay hindi na naging hadlang sa kanyang tungkulin.

Dahil dito, tuluyang kumalma si Ana. Ginamit niya ang dagdag na oras na iyon para mas namnamin ang presensya ng kanyang pamilya, isang bagay na madalas niyang ipagpaliban dahil sa pagmamadali sa trabaho. Nagluto ang kanyang nanay ng mainit na kakanin at tsokolate, habang sila ay nagkukuwentuhan tungkol sa mga lumang alaala. Habang nakikinig sa ritmo ng patak ng ulan sa kanilang bubong na yari sa yero, napagtanto ni Ana na minsan, ang mga aberya sa biyahe ay mga "disguised blessings." Binigyan siya ng pagkakataon ng tadhana na makapagpahinga nang mas malalim, malayo sa polusyon at ingay ng lungsod.

Kinabukasan, tumigil na ang ulan at sumikat ang araw, ngunit dahil hindi pa rin ganap na ligtas ang mga tulay, nagpasya si Ana na gamitin muna ang kanyang umaga sa pagtatrabaho sa ilalim ng kanilang puno ng mangga. Ang sariwang hangin at ang payapang paligid ay nagbigay sa kanya ng kakaibang pokus na hindi niya nararanasan sa loob ng kanyang apartment sa Makati.

Nang sa wakas ay bumukas na ang mga terminal ay agad nagtanong si Ana kung maaari na ba silang bumili ng ticket. "Magandang umaga po, maaari nap o bang bumili ng ticket papuntang maynila? Tanong ni Ana. "Oo pwede na pero bukas pa ang alis nito dahil may natumbang puno sa main road. Hindi pa makakadaana ngayon ang mga bus" tugon ng kahera. Agad bumili si Ana, kahit na sinabing bukas pa siya maaaring makauwi. Ito ay para makasiguro na siya na bukas ng umaga ay makakabalik na siya ng siyudad. Sa buhay natin, hind lahat ng bagay ay kontrolado natin, maging ang panahon o ang takbo ng trapiko. Ang mahalaga ay kung paano tayo humaharap sa mga pagbabagong ito nang may pasensya at tamang komunikasyon. Ang naantalang biyahe ay hindi naging sayang; ito ay naging isang mahalagang paalala na ang trabaho ay bahagi lamang ng buhay, at ang tunay na kayamanan ay ang mga sandaling kasama ang mga mahal sa buhay.

Exercises:

Tama o Mali (True or False)

Isulat ang **T** kung ang pahayag ay tama at **M** kung ito ay mali.

1. ______ Kinansela ang biyahe ni Ana dahil sa sobrang init ng panahon sa probinsya.
2. ______ Pinayagan si Ana ng kanyang boss na mag-log in sa trabaho kahit nasa probinsya pa siya.
3. ______ Nagalit ang mga kasamahan ni Ana sa trabaho dahil akala nila ay nagbabakasyon lang siya.
4. ______ Naranasan ni Ana ang kakaibang pokus sa pagtatrabaho sa ilalim ng puno ng mangga.
5. ______ Natutunan ni Ana na ang tamang komunikasyon ay mahalaga kapag may mga pagbabago sa plano.

Story 27: "Ang Biyahe Patungong Bayan"

Habang nananatili pa rin sa probinsya si Ana dahil sa naantalang biyahe dulot ng nagdaang bagyo, unti-unti nang bumabalik ang katahimikan sa kanilang baryo. Bagaman abala si Ana sa kanyang work-from-home na mga gawain sa ilalim ng puno ng mangga, hindi niya nakakalimutan ang kanyang pangunahing dahilan ng pag-uwi: ang pag-aalaga sa kanyang pamilya. Isang umaga, napansin niyang paubos na ang mga gamot ni Aling Rosa. Dahil walang mga bus o malalaking sasakyan na pumapasok sa kanilang makipot na kalsada, kailangan niyang sumakay ng traysikel patungo sa sentro ng bayan.

"Sa palengke po, Kuya," wika ni Ana habang maingat na sumasakay sa loob ng traysikel. Ang sasakyang ito ang nagsisilbing buhay ng kanilang transportasyon. Sa Maynila, sanay si Ana sa siksikang MRT at sa aircon ng mga Grab car, ngunit dito, ang maririnig mo ay ang maugong at tila humihingal na makina ng motor. Gayunpaman, sa kabila ng ingay, may dalang kakaibang ginhawa ang biyaheng ito. Ramdam ni Ana ang sariwang hangin na humahaplos sa kanyang mukha, isang hangin na walang halong usok ng mga pabrika, kundi amoy ng kalikasan.

Habang bumabagtas sa kalsadang napapaligiran ng mga luntiang palayan, tila nanonood si Ana ng isang pelikula ng kanyang kabataan. Nakita niya ang mga batang naglalaro ng tumbang preso sa gilid ng daan, ang kanilang mga tawa ay mas malakas pa sa tunog ng tambutso. Nakita rin niya ang mga magsasakang matiyagang nagbibilad ng palay sa semento, isang paalala ng sipag at tiyaga. Ang bawat kanto ay may pamilyar na amoy na tila bumubuhay sa kanyang mga pandama, ang amoy ng tuyong damo, ang usok mula sa mga kusinang nagsisindi ng kahoy para sa pananghalian, at ang mabangong amoy ng basang lupa matapos ang ulan.

Sa loob ng traysikel, habang tumatalbog-talbog sa mga lubak ng kalsada, napagtanto ni Ana ang kaibahan ng kanyang "balde ng problema" sa siyudad kumpara dito. Sa Maynila, ang bawat segundo ay kailangang produktibo; dito, ang oras ay tila humihinto upang hayaan kang magmuni-muni. Pagdating sa bayan, agad siyang nagtungo sa botika at sa palengke upang mamili ng mga sariwang gulay. Nang matapos, binayaran niya ang drayber nang may dagdag na tip. "Salamat po, Kuya, sa paghihintay at pagtulong sa mga dala ko," nakangiting sabi ni Ana.

Sa kanyang pag-uwi, muli siyang sumakay sa traysikel, bitbit ang mga plastik ng gamot at pagkain. Ang maikling biyaheng ito patungo sa bayan ay nagbigay kay Ana ng isang mahalagang aral na madalas niyang malimutan sa harap ng kanyang laptop: hindi kailangan ng malalaking sasakyan o marangyang teknolohiya para makarating sa patutunguhan. Minsan, sa pinakasimpleng paraan ng paglalakbay, mas marami tayong napapansin at natututunan tungkol sa ating paligid at sa ating sarili.

Ang pagsakay sa traysikel ay hindi lamang isang paraan ng pagpunta sa bayan; ito ay bahagi na ng kanyang pagkakakilanlan. Ito ang nagpapaalala sa kanya na sa kabila ng pagiging isang modernong guro at remote worker, ang kanyang puso ay laging nakaugat sa lupang kanyang kinalakhan. Umuwi si Ana na hindi lang bitbit ang gamot para sa kanyang ina, kundi pati na rin ang panibagong lakas ng loob na harapin ang anumang "lubak" na darating sa kanyang buhay.

Exercises:

Pagbuo ng Pangungusap (Sentence Building)

Panuto: Gamitin ang mga sumusunod na salita mula sa kuwento upang bumuo ng sariling pangungusap na may 5-7 salita lamang (A2 Level).

1. Traysikel: ____
2. Sariwa: ____
3. Magsasaka: ____
4. Bayan: ____
5. Pangarap: ____

Story 28: "Ang Hiwaga ng Isla de Selina: Isang Bakasyon sa Paraiso"

Matapos ang halos dalawang buwang pagkakulong sa kani-kanilang mga tahanan dahil sa mga work-from-home deadlines at sunod-sunod na virtual meetings, napagpasyahan nina Ana at ng kanyang dalawang malapit na kaibigan na oras na para sa isang pahinga. Inimbitahan sila ni Miggy para sa isang biyahe patungo sa isang tagong hiyas sa malayong bahagi ng hilaga, ang **Isla de Selina**. Hindi ito sikat sa mga turista, kaya naman ang pananabik ni Ana ay higit pa sa normal na bakasyon.

Maaga silang umalis, gamit ang sasakyan ni Miggy habang madilim pa ang paligid. Habang binabaybay ang mahabang kalsada, ang loob ng sasakyan ay napuno ng tawanan, kantahan, at mga kuwentong hindi nila maibahagi sa tuwing nasa gitna sila ng trabaho. Ang isa pa nilang kasama, na laging seryoso sa harap ng computer screen, ay naging masayahin at puno ng mga biro habang binabaybay nila ang mga paliko-likong daan. Noong nakarating sila sa maliit at tahimik na pantalan, agad silang sumakay sa isang bangkang de-motor upang simulan ang paglalakbay patungo sa mismong isla.

Namangha si Ana nang dahan-dahang lumitaw sa abot-tanaw ang Isla de Selina. Hindi ito tulad ng ibang napuntahan niya; ang isla ay nababalot ng mga puting buhangin na tila pulbos at napapaligiran ng mga naglalakihang batong kristal na kumikinang sa ilalim ng sikat ng araw. Pagbaba nila sa pampang, sinalubong sila ng hanging amoy dagat at ang katahimikang matagal na nilang hinahangad. Agad silang nagtungo sa tinatawag na

"Kweba ng Ningning" sa gitna ng isla. Kailangan nilang akyatin ang isang matarik na hagdanang gawa sa mga ugat ng puno upang makita ang nakatagong lawa sa loob nito. "Ang ganda ng Pilipinas, lalo na ang mga sulok na hindi pa gaanong natutuklasan!" sigaw ni Ana habang kumukuha ng litrato ng kulay esmeraldang tubig. Sa udyok ni Miggy at ng isa pa nilang kasama, sumubok si Ana na tumalon mula sa isang mababang bangin patungo sa tubig. Kahit natatakot noong una, naging matapang si Ana dahil sa suporta ng kanyang mga kaibigan.

Pagkatapos ng paglangoy, naglatag sila ng banig sa ilalim ng isang malaking puno ng talisay. Kumain sila ng inihaw na isdang sariwa, pusit na puno ng palaman, at matatamis na mangga. Ang biyaheng ito ay naging espesyal dahil sa samahan ng magkakaibigan. Sa gitna ng pagkain at pagpapahinga, nakita ni Ana ang ibang panig ng kanyang mga katrabaho, hindi lang sila mga empleyadong nakatutok sa mga spreadsheets at e-mails, kundi mga totoong tao na marunong ding mag-enjoy at magpahalaga sa ganda ng kalikasan.

Pagod man sa buong araw na paglalakad at paglangoy, punong-puno naman ng saya ang kanilang puso. Ang Isla de Selina ay hindi lang naging isang destinasyon, kundi isang paalala na ang pagtatrabaho nang husto ay kailangang tapatan ng sapat na pahinga at pagkalinga sa sarili. Pauwi sa siyudad, habang pinapanood ang paglubog ng araw sa kalsada, napagkasunduan nilang gawing taunang tradisyon ang paghahanap ng mga "hidden gems" na tulad nito upang mas lalong tumibay ang kanilang samahan at mapangalagaan ang kanilang mental health sa gitna ng mabilis na takbo ng buhay.

Exercises:

Panuto: Piliin ang tamang salita sa loob ng panaklong upang mabuo ang bawat pangungusap ayon sa kuwento. (Instructions: Choose the correct word inside the parentheses to complete each sentence according to the story)

1. Sumakay sila sa isang (**bangkang de-motor** | **eroplano**) patungo sa isla.
2. Ang buhangin sa Isla de Selina ay kulay (**puti** | **itim**) at tila pulbos.
3. Mahalaga ang (**mental health** | **computer screen**) kaya kailangan ng sapat na pahinga at pagkalinga sa sarili.
4. Kailangan nilang akyatin ang isang matarik na (**hagdanan** | **bundok**) na gawa sa mga ugat ng puno upang makita ang lawa.
5. Ang kulay (**esmeralda** | **kahel**) na tubig sa loob ng kweba ay napakaganda at malinaw.

Story 29: "Ang Pagbabalik ni Lina: Isang Koneksyon sa Nakaraan"

Sa gitna ng kanyang nakakapagod na routine bilang isang remote worker, madalas na naghahanap si Ana ng paraan upang makatakas sa apat na sulok ng kanyang silid. Matapos ang isang linggong puno ng stress dahil sa mga deadline at ang kamakailang "balde ng problema" na kanyang hinarap. Ito ay nagsimula sa isyu sa pamilya hanggang sa naantalang biyahe mula sa probinsya. Kaya napagpasyahan ni Ana na bumisita sa isang maliit na kapehan sa kanto ng kanyang kalsada. Ngunit ang simpleng pag-inom niya ng kape ay nauwi sa isang sorpresang hindi niya inaasahan. Ito ay ang pagbabalik ni Lina.

Si Lina ang kanyang matalik na kaibigan noong kolehiyo, ang taong kasama niyang mangarap noong mga panahong wala pa silang iniisip na bayarin o trabaho. Limang taon na ang nakalilipas nang magdesisyon si Lina na makipagsapalaran sa ibang bansa. "Ana! Hindi ako pwedeng magkamali, ikaw nga 'yan!" isang masayang tawag ang bumasag sa katahimikan ng kapehan. Nang lumingon si Ana, nakita niya ang pamilyar na ngiti ni Lina. Nagyakap ang dalawa nang mahigpit, isang yakap na tila nagdugtong sa limang taong pangungulila.

Umupo sila sa isang sulok at doon ay ibinuhos ni Lina ang kanyang mga karanasan. Ikinuwento niya ang hirap ng pag-iisa sa ibang bansa, ang lamig ng taglamig, at ang sakripisyong kailangang gawin para sa pamilya. "Alam mo Ana, kahit gaano kaganda ang sahod at ang pasyalan doon, iba pa rin ang pakiramdam na nasa sariling bayan ka," sabi ni Lina nang may bahagyang luha sa mga mata. "Nagdesisyon na akong bumalik nang permanente. Gusto ko nang maramdaman ang init ng pagmamahal ng mga kaibigang tulad mo."

Naramdaman ni Ana ang lalim ng emosyon ni Lina, at ito ay tumagos sa kanyang sariling sitwasyon. Ikinuwento naman ni Ana ang kanyang buhay bilang isang remote worker, ang pagbalanse niya sa trabaho at pamilya, at ang mga hamon ng pagtatrabaho nang mag-isa sa bahay. Naibahagi rin niya ang mga kamakailang kwento ng kanilang island hopping nina Miggy at ang isa pa nilang kasama sa Isla de Selina. Pakiramdam ni Ana, sa harap ni Lina, hindi siya ang "stressful" na empleyado o ang problemadong anak, siya ay muling naging ang batang Ana na puno ng pangarap.

Dahil sa pagbabalik ni Lina, nakaramdam si Ana ng bagong inspirasyon. Naisip niya na kung si Lina ay nagawang talikuran ang karangyaan sa ibang bansa para sa kapayapaan ng loob, kaya rin niyang ayusin ang sarili niyang "balde ng problema." Ang pagkikita nilang iyon ay nagpaalala sa kanya na ang mga tunay na pagkakaibigan ay hindi kumukupas sa tagal ng panahon.

Nagplano silang magkita muli sa susunod na linggo para ipakilala si Lina kay Miggy. Nais ni Ana na ibahagi sa kanyang mga bagong kaibigan ang taong naging saksi sa kanyang mga unang hakbang sa buhay. Habang naglalakad pauwi sa kanyang apartment, bitbit ni Ana ang isang pusong puno ng pag-asa. Ang pagbabalik ni Lina ay hindi lang isang simpleng pagkikita; ito ay isang paalala na sa kabila ng anumang biyahe o hirap sa trabaho, laging may mga taong magsisilbing "uwi" at tahanan para sa atin.

Exercises:

Tama o Mali (True or False)

Isulat ang T kung ang pahayag ay tama at M kung ito ay mali.

1. ______ Nagkita sina Ana at Lina sa isang sikat na mall sa Makati.
2. ______ Limang taon na ang nakalilipas mula nang pumunta si Lina sa ibang bansa.
3. ______ Napagpasyahan ni Lina na bumalik nang permanente sa Pilipinas dahil sa kanyang mga kaibigan.
4. ______ Ikinuwento ni Ana kay Lina ang tungkol sa kanyang karanasan sa Isla de Selina.
5. ______ Ayaw ipakilala ni Ana si Lina sa kanyang kaibigang si Miggy.

Story 30: "Ang Buong Taon na Plano ni Ana"

Sariwa pa sa isipan ni Ana ang mga aral ng nakaraang taon, ang "balde ng problema" na muntik nang umapaw, ang naantalang biyahe sa probinsya na nagturo sa kanya ng kahalagahan ng pahinga, at ang pagbabalik ng kanyang kaibigang si Lina na nagbigay sa kanya ng bagong inspirasyon.

Pagsapit ng Enero, habang ang lamig ng hangin ay nararamdaman pa sa kanyang apartment. Kumuha siya ng isang makulay na notebook at sa unang pahina, isinulat niya sa malalaking titik: "Ang Aking Gabay sa Pagbabago: Buong Taon Kong Plano." Gusto niyang maging mas maayos at may direksyon ang kanyang buhay bilang isang work-from-home professional. Hinati niya ang kanyang mga layunin sa tatlong mahahalagang bahagi: kalusugan, trabaho, at pagtitipid. "Kailangan kong maging disiplinado para matupad ang mga ito," determinadong sabi ni Ana sa kanyang sarili. Ayaw niyang matapos ang taon na puro "sana" lamang ang kanyang nasasabi; gusto niyang makita ang tunay na pag-unlad sa kanyang sarili.

Sa bahagi ng kalusugan, isinulat niya ang disiplina sa paggalaw. Dahil ang trabaho niya remote worker ay nangangailangan ng mahabang oras ng pag-upo sa harap ng laptop, itinakda niya na dapat siyang maglakad ng tatlumpung minuto araw-araw, kahit sa loob lamang ng kanilang subdivision. Nais niyang iwasan ang pananakit ng likod at ang pakiramdam ng pagiging matamlay na madalas niyang maranasan noong nakaraang taon.

Sa trabaho, ang kanyang layunin ay mas mapabuti pa ang kanyang serbisyo. Plano niyang kumuha ng isang online course para matuto ng bagong computer skill, partikular na ang paggamit ng mga advanced digital toolkits para mas mapaganda pa niya ang mga proyektong ipapasa niya sa kanyang boss. Bukod pa dun, naniniwala siya na kapag mas bumilis ang kanyang pagsusumite ng mga ulat, mas magkakaroon siya ng oras para sa kanyang sarili at para sa kanyang pamilya sa probinsya.

Sa pagtitipid naman, naisip ni Ana ang naging gastos niya noong nagkasakit ang kanyang ama at ang kanyang aso. Upang maging handa sa anumang "emergency," plano niyang magtabi ng hindi bababa sa dalawang libong piso mula sa kanyang sahod bawat buwan. Idinikit niya ang listahang ito sa tabi ng kanyang computer desk, ang lugar kung saan siya pinakamadalas mapagod, upang magsilbi itong paalala kung bakit siya nagsisikap.

Ngunit alam ni Ana na ang pagsusulat ng plano ay madali, ang pagpapatupad nito ang tunay na laban. Noong mga unang linggo ng Enero, nahirapan siyang gumising nang maaga. May mga araw na mas masarap pang manatili sa ilalim ng kumot kaysa mag-ehersisyo. Muntik na siyang sumuko noong minsang tambak ang kanyang trabaho, pero tiningnan niya ang kanyang notebook at naalala ang usapan nila ni Lina tungkol sa paghahanap ng tunay na kaligayahan.

"Simula pa lang ito, Ana. Ang bawat malaking tagumpay ay nagmumula sa maliliit na hakbang," paalala niya sa sarili. Dahil sa kanyang determinasyon, unti-unting naging habit ang kanyang mga plano. Natutunan niya na ang tagumpay ay hindi nakukuha sa isang iglap. Ito ay nagsisimula sa isang simpleng desisyon na isulat ang iyong mga pangarap at ang tapang na panindigan ang mga ito nang paunti-unti, araw-araw, hanggang sa ang "plano" ay maging isang ganap na "katotohanan."

Exercises:

Panuto: Ang mga plano ni Ana ay nasa hinaharap (future tense). Punan ang patlang gamit ang tamang anyo ng pandiwa sa hinaharap (aspektong kontemplatibo). Gamitin ang mga salitang nasa loob ng panaklong. (Instructions: Ana's plans are in the future (future tense). Fill in the blanks using the correct future form of the verb (contemplative aspect). Use the words inside the parentheses.)

1. Si Ana ay __________ (lakad) ng tatlumpung minuto araw-araw para sa kanyang kalusugan.
2. __________ (kuha) siya ng online course para matuto ng bagong computer skill.
3. __________ (tabi) siya ng pera mula sa kanyang sahod para sa emergency fund.
4. Ang mga ulat ni Ana ay __________ (bilis) ang pagsusumite para magkaroon siya ng oras sa pamilya.
5. __________ (tingin) si Ana sa kanyang notebook sa tuwing siya ay nakakaramdam ng pagod.

Story 31: "Kaya Ko Naman Pala: Ang Bunga ng Disiplina"

Lumipas ang tatlong buwan simula nang isulat ni Ana ang kanyang "Buong Taon na Plano" sa kanyang makulay na notebook. Noong una, ang mga pahinang iyon ay tila isang mabigat na hamon na laging nakatitig sa kanya tuwing umaga. Bilang isang work-from-home professional, ang pinakamalaking kalaban ni Ana ay hindi ang kanyang boss o ang mga deadline, kundi ang kanyang sariling katamaran at ang mapanlinlang na komportableng upuan sa kanyang kuwarto. Ngunit isang hapon ng Marso, habang tinatapos niya ang kanyang mga gawain, isang kakaibang pakiramdam ang nanaig sa kanya at ito ay pakiramdam ng tagumpay.

"Kaya ko naman pala," bulong ni Ana sa kanyang sarili habang tinitingnan ang kanyang natapos na ulat bago pa man sumapit ang alas-singko. Noong nakaraang taon, ang ganitong ulat ay inaabot siya ng madaling araw. At ito ang naging sanhi ng kanyang "balde ng problema" at matinding stress. Ngunit dahil sa kanyang planong matuto ng bagong computer skill, nag-enrol siya sa isang maikling online course tungkol sa *automation* at *digital organization*. Ang mga gawaing dati ay manu-mano at nakakaubos ng oras pero nagagawa na niya ngayon sa loob lamang ng ilang pindot. Ang bagong kaalamang ito ang naging susi upang gumaan ang kanyang trabaho at mabawasan ang pagod ng kanyang isip.

Hindi lang sa trabaho nagbunga ang kanyang disiplina. Pagkatapos isara ang kanyang laptop, hindi na agad nahihiga si Ana para matulog o mag-cellphone. Sa halip, isinusuot niya ang kanyang sapatos at lumalabas para sa kanyang tatlumpung minutong paglalakad. Noong Enero, parang parusa ang bawat hakbang, lalo na't masarap pang matulog. Ngunit ngayon, ang paglalakad na ito ang nagsisilbi niyang "boundary" o hangganan sa pagitan ng trabaho at personal na buhay. Dahil dito, nawala ang madalas na pananakit ng kanyang likod at mas naging malalim ang kanyang tulog sa gabi.

Isang gabi, nakatanggap siya ng tawag mula kay Lina. "Ana, kamusta ang savings natin?" biro ng kanyang kaibigan. Ngumiti si Ana at binuksan ang kanyang bank app. Dahil sa kanyang determinasyon na magtabi ng dalawang libong piso bawat buwan, nakita niyang mayroon na siyang sapat na "emergency fund." Hindi na siya natatakot kung sakaling magkaroon muli ng aberya sa probinsya o kung kailanganin ng gamot ni Aling Rosa. Ang pagtitipid na dati ay tila sakripisyo ay naging isang uri ng seguridad at kapayapaan para sa kanya.

Dahil sa kaayusang ito, nagkaroon din si Ana ng oras na makipagkita kina Miggy at sa isa pa nilang kasama. Hindi na siya yung "laging pagod" na Ana, siya na ngayon ang nagbibigay ng inspirasyon sa kanila. Ipinakita niya sa kanila ang kanyang notebook na ngayon ay puno na ng mga check marks. Napagtanto ni Ana na ang tagumpay ay hindi laging kailangang maging isang malaking pagsabog ng suwerte. Kadalasan, ito ay ang tahimik na pagtupad sa mga maliliit na pangakong ginawa mo sa iyong sarili.

Habang pinagmamasdan ang paglubog ng araw mula sa kanyang bintana, naramdaman ni Ana ang tunay na kagaanan ng loob. Ang "Buong Taon na Plano" ay hindi na lamang basta sulat sa papel dahil isa na itong paraan ng kanyang pamumuhay. Ang dating babaeng halos malunod sa sariling problema ay isa na ngayong arkitekto ng kanyang sariling kaligayahan. Sa bawat pag-log in niya sa trabaho, bitbit niya ang kumpyansa na anuman ang ibato ng mundo; maging bagyo, aberya sa biyahe, o matinding deadline ay kaya niya itong harapin. Dahil napatunayan na niya sa kanyang sarili: "Kaya ko naman pala."

Exercises:

Pagtukoy sa Katotohanan (Fact Check)

Isulat ang **T** kung ang pahayag ay ayon sa kuwento at **M** kung hindi.

1. ______ Inabot pa rin si Ana ng madaling araw sa paggawa ng ulat nitong buwan ng Marso.
2. ______ Nakatulong kay Ana ang pag-aaral ng *online course* tungkol sa *automation*.
3. ______ Ang paglalakad ng 30 minuto ay nagsisilbing "boundary" ni Ana sa trabaho at pahinga.
4. ______ Naubos ang *emergency fund* ni Ana dahil sa pamamasyal.
5. ______ Puno na ng mga *check marks* ang notebook ni Ana dahil nagawa niya ang kanyang mga plano.

Story 32: "Tiis Ganda sa Pag-ehersisyo: Ang Laban sa Loob ng Gym"

Bilang bahagi ng kanyang matagumpay na "Buong Taon na Plano," hindi huminto si Ana sa pag-aayos lamang ng kanyang iskedyul sa trabaho at pagtitipid. Alam niyang ang kanyang katawan ang nagsisilbing pundasyon ng lahat ng kanyang pangarap. Matapos ang ilang buwang paglalakad-lakad lamang, nagdesisyon si Ana na dalhin ang kanyang disiplina sa susunod na antas, ang pag-eehersisyo sa gym. Para sa isang taong sanay na nakaupo sa harap ng laptop nang halos sampung oras bawat araw, ang pagpasok sa gym ay tila pagpasok sa isang bagong mundo ng hirap at pagsubok.

Noong unang linggo, parang bawat kalamnan sa katawan ni Ana ay nagrereklamo. Masakit ang kanyang mga binti, tila binibigak ang kanyang mga braso, at ang kanyang likod na dati nang may "work-from-home back pain" ay lalong naging kumpyansa sa pananakit. Halos hindi na siya makatayo mula sa kanyang upuan habang tinatapos ang proyekto para sa boss niya. "Tiis ganda sa pag-eehersisyo Ana!" biro ng kanyang kaibigan nang makita siyang parang robot na naglalakad sa kanilang virtual meet-up. Ngunit sa likod ng biro, alam ni Ana na kailangan niya ng disiplina. Hindi lang ito para sa hitsura, gusto niyang maging mas malakas ang kanyang resistensya upang hindi siya madaling lamunin ng pagod at stress mula sa dami ng gawain.

Habang nasa loob ng gym, maraming beses na gustong tumigil ni Ana. Ang ingay ng mga bumabagsak na bakal, ang init ng paligid, at ang tila walang katapusang "reps" na ipinapagawa ng kanyang instructor ay sapat na upang panghinaan siya ng loob. May mga hapon na mas gusto na lamang niyang humiga sa sofa at manood ng paborito niyang serye pagkatapos ng trabaho. Pero sa tuwing titingnan niya ang kanyang sarili sa malaking salamin ng gym, naaalala niya ang kanyang "balde ng problema" noon at kung paano siya muntik nang sumuko sa buhay. Naalala niya rin ang inspirasyong nakuha niya mula sa pagbabalik ni Lina at ang hangarin niyang maging malakas para sa kanyang pamilya sa probinsya.

Sinabayan ni Ana ang kanyang ehersisyo ng tamang pagkain at sapat na pagtulog. Isang bagay na dati ay madalas niyang isakripisyo para sa trabaho. Unt-unti, ang mga pagbabago ay nagsimulang magpakita. Hindi na siya hinihingal kapag kailangan niyang mabilisang lumabas para mamili ng gamot o kapag umaakyat siya sa itaas ng kanilang bahay. Ang sakit ng katawan na dati ay tila parusa ay napalitan ng isang uri ng lakas at sigla na hindi niya kailanman naramdaman noon. Ang kanyang postyur ay naging mas maayos, na nakatulong din upang mabawasan ang kanyang pagkapagod habang nagtatrabaho sa harap ng computer.

Napagtanto ni Ana na ang "tiis ganda" ay hindi lang pala tungkol sa panlabas na anyo o sa pagliit ng baywang. Ito ay tungkol sa determinasyong pagbutihin ang sarili kahit sa gitna ng hirap at pagod. Ang bawat patak ng pawis sa sahig ng gym ay katumbas ng disiplina na kanyang nabubuo— isang disiplinang nadadala niya rin sa kanyang pagiging propesyonal.

Pagkatapos ng tatlong buwan, ang pag-eehersisyo ay naging bahagi na ng kanyang daily routine. Hindi na ito isang obligasyon, kundi isang paraan niya upang ilabas ang lahat ng stress mula sa trabaho at magkaroon ng oras para sa sariling katawan at isipan. Mas naging positibo ang kanyang pananaw sa buhay dahil napatunayan niya sa kanyang sarili na may kakayahan siyang kontrolin ang kanyang kalusugan. Sa huli, ang "Kaya ko naman pala!" na kanyang sinambit noon ay lalong nagkaroon ng lalim; kaya niya palang maging matatag, hindi lang sa isip, kundi pati na rin sa pangangatawan.

Pagsusunod-sunod ng mga Pangyayari

Panuto: Lagyan ng bilang 1 hanggang 5 ang mga patlang ayon sa pagkakasunod-sunod ng naging karanasan ni Ana sa kanyang *fitness journey*. (Sequencing of Events Instructions: Write numbers 1 to 5 in the blanks according to the order of Ana's experiences in her fitness journey)

______ Naging bahagi na ng kanyang *daily routine* ang pag-eehersisyo.

______ Nagdesisyon si Ana na mag-enrol at pumasok sa gym.

______ Nakaramdam si Ana ng matinding sakit sa kalamnan at binti noong unang linggo.

______ Naging maayos ang kanyang *postyur* at nabawasan ang kanyang pagkapagod sa trabaho.

______ Sinimulan ni Ana ang kanyang plano sa pamamagitan ng paglalakad-lakad lang sa subdivision.

Story 33: "Huwag kang matakot sumubok, Isang bagong simula"

Matapos ang ilang buwang pagtutok sa kanyang kalusugan sa gym at pagpapakadalubhasa sa mga bagong *computer skills* para sa kanyang trabaho, naramdaman ni Ana na handa na siyang sumubok ng bago. Bilang isang work-from-home professional, madalas siyang naghahanap ng mga aktibidad na maglalayo sa kanyang mga mata mula sa monitor at magbibigay sa kanya ng pagkakataong gamitin ang kanyang mga kamay sa paglikha. Isang hapon, habang naglalakad pauwi mula sa kanyang "tiis ganda" na pag-eehersisyo, nakakita siya ng anunsyo sa kanilang barangay hall. Ito ay tungkol sa isang libreng seminar para sa paggawa ng mga organikong sabon at mababangong kandila.

Gusto ni Ana na sumali, ngunit may bahagi ng kanyang isipan na nag-aalangan. "Paano kung hindi ko magawa nang tama? Baka masayang lang ang oras at materyales ko," sabi niya kay Aling Marites, ang kapitbahay niyang madalas niyang makausap kapag lumalabas siya para sa kanyang daily walk. Ngumiti lang ang matanda at hinawakan ang kanyang balikat. "Huwag kang matakot sumubok, Ana. Walang ipinanganak na marunong agad. Kahit ang pagiging remote worker mo at ang pag-eehersisyo mo sa gym, nagsimula ka rin sa zero, 'di ba?"

Dahil sa pampalakas ng loob na ito, nagpalista si Ana. Sa unang araw ng seminar, medyo nalilito si Ana sa pagtitimpla ng mga kemikal, *essential oils*, at mga tuyong bulaklak. Sanay siya sa mga keyboard shortcuts, pero ang paghawak ng timbangan at paghalo ng mga sangkap ay bago sa kanya.

Nagkamali pa siya sa sukat ng langis sa kanyang unang subok kaya hindi naging matigas ang kanyang kandila. Sa halip na panghinaan ng loob, naalala ni Ana ang kanyang "balde ng problema" noon. Ito ay ang kasabihan na "ang bawat aberya ay may solusyon kung gagamitan ng pasensya".

Itinama niya ang kanyang timpla at sinubukang muli. Sa pangalawang pagkakataon, naging perpekto ang kanyang gawa! Mabango, makinis, at may magandang kulay ang kanyang ginawang sabon. Tuwang-tuwa si Ana habang hawak ang kanyang sariling produkto. Naalala niya ang kanyang kaibigang si Lina at naisip na baka pwede niya itong gawing negosyo o kaya naman ay iregalo sa kanyang kaibigan na si Miggy.

Ang karanasang ito ay nagturo kay Ana na ang pagkakamali ay hindi katapusan, kundi bahagi ng pag-unlad. Kung hindi siya sumubok, hindi niya malalaman na may talento pala siya sa sining ng paggawa ng sabon. Ngayon, hindi na lang basta plano sa notebook ang kanyang ginagawa; nagpaplano na siyang gumawa ng isang "digital toolkit" para sa kanyang magiging maliit na *faceless business* sa social media, kung saan maaari niyang ipakita ang proseso ng kanyang paggawa.

"Huwag kang matakot sumubok" ang naging bagong mantra ni Ana. Ang buhay ay puno ng mga kasanayang naghihintay lang na matutunan natin. Tulad ng pagsakay sa traysikel sa probinsya o ang pagharap sa matinding deadline, ang lahat ay kailangang dumaan sa unang hakbang. Dahil sa seminar na ito, napatunayan ni Ana na ang pagiging produktibo ay hindi lang limitado sa kanyang trabaho sa harap ng computer, kundi pati na rin sa pagbuo ng mga bagay na nagbibigay ng saya at bango sa kanyang buhay at sa buhay ng iba.

Exercises:

Bokabularyo: Pagtatapat-tapat (Matching)

Iugnay ang salitang Tagalog sa tamang Ingles.

Tagalog	English Meaning
1. Sangkap	(a) To balance / Mixture
2. Timbangan	(b) Measurement
3. Timpla	(c) Ingredients
4. Sukat	(d) Weighing Scale
5. Nag-aalangan	(e) Hesitant / Doubtful

Story 34: "Maling akala sa kusina"

Isang umaga, nagdesisyon si Ana na magluto ng "Adobo"dahil nag-crave siya ng makita niya ito na ulam ng kanilang kapit-bahay. Gusto niyang ipatikim ang kanyang luto sa kanyang kaibigan na si Lina. Para kay Ana, ang pagluluto ay isa ring paraan ng pagpapalago sa sarili, tulad ng kanyang ginagawang "Tiis ganda sa pag-eehersisyo" sa gym. Gusto niyang maging mahusay hindi lang sa trabaho, kundi pati na rin sa pag-aalaga sa mga taong mahalaga sa kanya.

Habang nakasalang ang karne sa kalan, tumunog ang kanyang telepono. Ito ay si Lina, ang kaibigang nagbalik mula sa ibang bansa. Dahil sa sobrang pananabik na makipag-chat, naging abala si Ana. Sa gitna ng kanilang usapan, kinuha ni Ana ang isang puting sangkap mula sa isang garapon na walang label. Akala niya ay asukal ito na pambalanse sa asim ng adobo, pero asin pala ang kanyang nakuha. Dahil hindi siya nakatingin nang mabuti, mabilis niyang naibuhos ang isang malaking sandok nito sa kawali. Ito ang naging simula ng kanyang "Maling akala sa kusina".

Noong tinikman ni Ana ang sarsa pagkalipas ng ilang minuto, muntik na siyang masuka sa sobrang alat. "Naku! Ano ang gagawin ko?" taranta ni Ana habang hawak ang kanyang pisngi. Naalala niya ang kanyang mga nalagpasang problema noong nakaraang linggo kung saan pakiramdam niya ay sunod-sunod ang malas. Ayaw niyang mapuno muli ng problema dahil lang sa isang pagkakamali sa pagluluto. Sinubukan niyang lagyan ng maraming tubig at hiwa ng patatas ang kawali para mabawasan ang alat, isang teknik na itinuro sa kanya noon sa probinsya. Ngunit kahit anong gawin niya, masyado talagang maraming asin ang nailagay niya.

Eksaktong alas-dose ng tanghali, dumating na si Lina. Naamoy niya ang masarap na aroma ng bawang at toyo pagpasok pa lang sa pinto. "Wow, Ana! Mukhang masarap ang ulam natin ngayon ah!" masayang sabi ni Lina. Pero alam ni Ana ang masakit na katotohanan. Sa halip na magkunwari, hinarap ni Ana ang kanyang kaibigan nang may katapatan. "Pasensya na Lina, nagkamali ako ng nailagay. Sobrang alat ng adobo ko dahil akala ko ay asukal ang nailagay ko," amin ni Ana nang may hiya at lungkot sa mga mata. Sa halip na magalit o madismaya, tumawa lang nang malakas si Lina. "Ayos lang 'yan, Ana! Lahat naman tayo nagkakamali sa kusina. Hindi naman ang pagkain ang ipinunta namin dito kundi ang makasama ka," sabi ni Lina. Dinagdag pa ni Lina, "O-order na lang ako ng pizza! Mas mahalaga na magkasama tayo ngayong Linggo."

Kahit nakakahiya ang nangyari, naging napakasaya pa rin ng kanilang hapon. Habang kumakain ng pizza, nagkuwentuhan sila tungkol sa iba pang mga "maling akala" nila sa buhay. Natutunan ni Ana na ang pagluluto, tulad ng trabaho sa opisina, ay nangangailangan ng buong atensyon at disiplina. Napagtanto niya na dapat lagyan ng malinaw na label ang lahat ng sangkap sa kusina upang maiwasan ang kalituhan. Higit sa lahat, napatunayan niya na ang mga tunay na kaibigan ay hindi tumitingin sa sarap ng pagkain, kundi sa sarap ng pagsasama at sa katapatan ng puso. Ang "maling akala" na iyon ay hindi naging simbolo ng kabiguan, kundi naging isang kuwentong laging pinagtatawanan at kapupulutan ng aral.

Exercises:

Tama o Mali (True or False)

Isulat ang **T** kung ang pahayag ay tama at **M** kung ito ay mali.

1. ______ Nag-crave si Ana na magluto ng Adobo matapos makita ang ulam ng kapitbahay.
2. ______ Tama ang nailagay ni Ana na puting sangkap sa kanyang niluluto.
3. ______ Sinubukan ni Ana na bawasan ang alat ng adobo sa pamamagitan ng paglalagay ng patatas.
4. ______ Nagalit si Lina kay Ana dahil hindi masarap ang inihandang pagkain.
5. ______ Napagtanto ni Ana na dapat lagyan ng malinaw na label ang mga sangkap sa kusina.

Story 35: "Ang Imbitasyon ni Alex"

Matapos ang isang mahabang linggo ng puspusang pagtuturo at pag-aayos ng kanyang mga digital toolkit para sa trabaho, tanging pahinga na lamang ang nasa isip ni Ana. Ang kanyang "Buong Taon na Plano" ay nasa tamang landas. Maayos ang kanyang schedule, nakakapag-gym siya nang regular, at unt-unti na ring lumalago ang kanyang munting negosyo ng paggawa ng sabon at kandila.

Ngunit isang gabi, habang nag-aayos siya ng kanyang mga gagamitin para sa susunod na araw, nakatanggap siya ng isang mensahe mula kay Alex, isang dati niyang katrabaho na naging mabuting kaibigan noong nagsisimula pa lamang siya sa kanyang career. "Ana, magdiriwang ako ng aking kaarawan sa Sabado ng gabi. Sana ay makapunta ka! Marami ring dadalo mula sa dati nating team," ang sabi sa imbitasyon. Napabuntong-hininga si Ana. Masaya siya para kay Alex, pero alam niyang pagod ang kanyang katawan dahil sa sunod-sunod na virtual meetings at ang "tiis ganda" na pag-eehersisyo niya sa gym nitong mga nakaraang hapon. Bukod dito, malayo ang bahay ni Alex at kailangan niyang gumising nang maaga sa Linggo upang asikasuhin ang mga gawaing bahay at ang pagpapadala ng gamot para kay Aling Rosa sa probinsya.

Nag-isip nang mabuti si Ana kung paano sasagot. Ito ang klasikong problema ng isang remote worker, ang pagpili sa pagitan ng pag-iisa para sa "recovery" o ang paglabas para sa "social connection." Naisip niya ang payo ni Lisa tungkol sa pag-aalaga sa sariling mental health. "Mahalaga ang pakikipagkapwa-tao, pero kailangan ko ring pakinggan ang aking katawan," isip ni Ana habang nakatingin sa kanyang notebook. Pero nag-aalangan pa rin siya dahil marami siyang kailangan tapusin.

Gayunpaman, naalala ni Ana kung paano siya tinulungan ni Alex noong minsang nalulunod siya sa trabaho. Ang pagiging mabuting kaibigan ay hindi nasusukat sa tagal ng pananatili, kundi sa presensya. Nagdesisyon si Ana na pumunta, ngunit may isang kundisyon sa kanyang sarili, mananatili lamang siya nang dalawang oras upang hindi masira ang kanyang sleep schedule. Ginamit niya ang kanyang natutunang skills sa pagtitipid at gumawa na lamang siya ng isang "special edition" na organikong sabon at kandila bilang regalo. Isang personal na handog mula sa kanyang bagong kasanayan.

Sa araw ng party, sinalubong siya ni Alex nang may malaking ngiti. "Salamat sa pagpunta, Ana! Alam kong busy ka sa work-from-home setup mo," masayang sabi ni Alex. Nagkuwentuhan sila nina Miggy at ng iba pang mga dating kasamahan. Nakita ni Ana na kahit magkakaiba na sila ng landas nananatili ang init ng kanilang samahan na parang walang nagbago.

Kahit sandali lang siya nanatili ay naging masaya ang kanyang gabi. Natutunan ni Ana na ang pagtanggap ng imbitasyon ay hindi lang tungkol sa party. Dahil ito ay tungkol sa pagpapakita ng halaga sa mga relasyong nagpatatag sa kanya noong siya ay nagsisimula pa lamang. Umuwi si Ana nang maaga upang maaga rin siyang makapagpahinga. Paghiga niya sa kama, naramdaman niya ang kagaanan ng loob. Napatunayan niya na sa tamang disiplina at komunikasyon, kaya niyang panindigan ang kanyang mga plano habang pinapanatili ang koneksyon sa mga taong mahalaga sa kanya.

Exercises:

Social Dilemma: Ano ang gagawin mo? (Critical Thinking)

Panuto: Isipin mong ikaw si Ana. Markahan ng tsek (/) ang iyong nararamdaman o gagawin batay sa iyong sariling pananaw. Walang maling sagot; layunin nito ang magamit ang wika sa paggawa ng desisyon.

1. **Kung pagod ka sa trabaho pero may *birthday party* ang isang mahalagang kaibigan, ikaw ba ay:**

[ ] Mananatili sa bahay para sa *recovery* o pahinga.

[ ] Pupunta sandali (1-2 oras) para magpakita ng halaga sa relasyon.

2. **Sa pagpili ng re galo para sa isang espesyal na okasyon, mas gusto mo ba ang:**

[ ] Bumili ng mabilisang gamit sa mall o *online shop*.

[ ] Gumawa ng *personal* na regalo gamit ang sariling kasanayan (tulad ng sabon o kandila).

3. **Kung ang iyong kaibigan ay nakatira sa malayo at kailangan mong gumising nang maaga kinabukasan, ano ang iyong prayoridad?**

[ ] Ang sapat na tulog at pagsunod sa iyong *sleep schedule*.

[ ] Ang pakikipagkuwentuhan sa mga dating katrabaho hanggang madaling araw.

4. **Ano ang mas mahalaga para sa iyo sa pagpapanatili ng pagkakaibigan?**

[ ] Ang laging pagdalo sa lahat ng *party* o gimik ng grupo.

[ ] Ang pagpapakita ng katapatan at pagtulong sa oras ng pangangailangan.

5. **Bakit mahalaga ang magtakda ng "limitasyon" o "oras" sa bawat paglabas o pakikipagkapwa-tao?**

(Isulat ang iyong sagot sa isang simpleng pangungusap):

Story 36: "Paano Magsabi ng "Hindi" nang Mabait"

Sa gitna ng mga tagumpay ni Ana sa kanyang "Buong Taon na Plano" ay mayroon pa rin siyang isang kahinaang pilit na sinusubukang lampasan. Ito ay ang pagtanggi sa mga taong malapit sa kanya. Likas kay Ana ang pagiging mapagbigay, ang uri ng tao na mas uunahin ang kaginhawaan ng iba bago ang sarili. Ngunit dahil dito, madalas siyang maubusan ng oras, pagod, at tila laging hinahabol ang sariling buntot dahil sa mga pakiusap na hindi niya matanggihan.

Isang Sabado ng hapon, habang naghahanda si Ana para sa kanyang pinakahihintay na "self-care routine". Narinig niya ang isang pamilyar na boses mula sa labas. Si Aling Marites iyon, ang kanyang kapitbahay na kilala sa pagiging palahiram.

"Ana, iha! Maaari bang mahiram ko muna ang iyong plantsa nang buong araw? Marami kasi akong tambak na labada at kailangang maihanda ang mga gamit ng asawa ko," pakiusap ng matanda nang may kasamang matamis na ngiti.

Sa loob ni Ana, may isang bahagi na awtomatikong gustong sumagot ng "Oo." Nakasanayan na niya ang ganitong tugon dahil ayaw niyang makasakit ng damdamin o mapag-isipang maramot. Ngunit sa sandaling iyon, saktong nakita niya ang kanyang notebook na nakapatong sa mesa. Naalala niya ang kanyang schedule na maingat niyang binuo. Kailangan niyang gamitin ang plantsa dahil itinakda niya ang hapong iyon para mamalantsa ng kanyang mga uniporme at pormal na damit para sa mga virtual meeting sa susunod na linggo. Kung ipapahiram niya ito nang buong araw, masisira ang kanyang buong plano, mapupuyat siya, at malamang ay siya na naman ang mamumublema bandang huli.

"Paano ba magsabi ng 'hindi' nang hindi nagmumukang masama?" tanong ni Ana sa kanyang sarili. Bigla niyang naalala ang naging karanasan niya noong imbitasyon ni Alex. Doon niya natutunan na ang pagpili sa sariling kapakanan ay hindi katumbas ng pagiging masamang kaibigan. Huminga siya nang malalim, pinakalma ang mabilis na tibok ng kanyang puso, at kinausap si Aling Marites nang may katapatan.

"Naku, Aling Marites, pasensya na po talaga," simula ni Ana nang may malumanay na boses. "Gusto ko man po kayong pagbigyan ngayon, itinakda ko po kasi ang hapon na ito para mamalantsa ng mga gagamitin ko sa trabaho bukas. Marami-rami rin po itong tatapusin ko. Pero huwag po kayong mag-alala, siguro po bukas ng umaga, kapag tapos na ako at agad ko itong ipapahatid sa inyo."

Naghanda si Ana para sa anumang negatibong reaksyon, ngunit laking gulat niya nang ngumiti lamang ang matanda. "Ay, ganoon ba, Ana? Pasensya ka na rin at naabala kita, iha. Nakalimutan ko palang busy ka sa trabaho mo. Sige lang, ayos lang 'yan. Bukas na lang ako hihiram pagkatapos mong gamitin. Maraming salamat pa rin!" sagot ni Aling Marites bago ito masayang kumaway at bumalik sa sariling bahay.

Nang magsara ang pinto, nakaramdam si Ana ng isang uri ng kaluwagan na hindi niya pa naranasan noon. Natutunan niya na ang pagtanggi o ang pagtatakda ng hangganan ay hindi naman kailangang maging bastos o agresibo. Basta't tapat, magalang, at malinaw ang iyong dahilan, maiintindihan ito ng mga taong tunay na may respeto sa iyo.

Ngayon, mas marunong na si Ana na magdesisyon para sa kanyang sariling oras. Naunawaan niya na ang pag-aalaga sa sariling schedule ay isang mahalagang paraan ng pagprotekta sa kanyang mental health. Ang katapatan sa sarili ay nagbigay sa kanya ng kapayapaan ng isip na hindi kayang bayaran ng anumang pasalamat mula sa iba. Napagtanto niya na sa bawat pagsasabi niya ng "hindi" sa pakiusap na makakasira sa kanyang kapayapaan, ay pagsasabi rin siya ng "oo" sa sariling kaayusan at kaligayahan.

Exercises:

Bokabularyo: Punan ang Patlang

Panuto: Piliin ang tamang salita sa loob ng panaklong upang mabuo ang bawat pangungusap ayon sa kuwento.

1. Ang pagtanggi nang (**magalang** | **mabilis**) ay mahalaga upang hindi makasakit ng damdamin ng kapwa.
2. Dahil sa katapatan ni Ana, nakaramdam siya ng (**kaluwagan** | **kaba**) matapos niyang makausap ang kanyang kapitbahay.
3. Ang pagtatakda ng (**hangganan** | **uniporme**) sa sariling oras ay isang paraan ng pagprotekta sa *mental health*.
4. Ayaw ni Ana na maging (**maramot** | **mapagbigay**) sa tingin ng iba, kaya nahihirapan siyang magsabi ng "hindi."
5. Ginamit ni Ana ang kanyang (**notebook** | **plantsa**) upang tingnan ang kanyang *schedule* bago sumagot kay Aling Marites.

Story 37: "Ang Pagtulong ni Ana: Higit sa isang simpleng gawain"

Sa nakalipas na mga buwan, naging sentro ng buhay ni Ana ang pag-aayos ng kanyang sarili. Mula sa pagbuo ng kanyang "Buong Taon na Plano," pagpapaunlad ng kanyang mga digital skills sa trabaho, hanggang sa pagpapalakas ng kanyang katawan sa gym, napatunayan niya na kaya niyang kontrolin ang kanyang sariling tadhana. Ngunit sa likod ng kanyang mga personal na tagumpay, nanatili ang isang mahalagang bahagi ng kanyang pagkatao na hindi kailanman nagbago. Ito ay ang kanyang pagnanais na makatulong sa kapwa nang walang hinihintay na kapalit.

Isang hapon, habang si Ana ay abala sa pag-iimpake ng kanyang mga ginawang organikong sabon at kandila para sa kanyang munting negosyo, nakatanggap siya ng balita tungkol sa isang sunog sa kabilang barangay. Maraming pamilya ang nawalan ng tirahan at kasalukuyang namamalagi sa evacuation center. Bagaman pagod sa maghapong pagtuturo at pagharap sa laptop, hindi nag-atubili si Ana. Alam niyang ito ang pagkakataon upang gamitin ang kanyang mga resources para sa mas malalim na layunin.

Imbis na ibenta ang mga bagong gawang produkto, nagpasya si Ana na i-donate ang lahat ng kanyang "stocks" ng sabon. Alam niya na sa mga evacuation center, ang kalinisan at hygiene ang isa sa mga pangunahing problema. Hindi lang iyon, kinalkal din niya ang kanyang aparador at inilabas ang mga damit na maayos pa ngunit hindi na niya ginagamit. Naalala niya ang payo ni Lina, ang tunay na kayamanan ay wala sa dami ng gamit, kundi sa laki ng puso.

Pagdating sa evacuation center, nakita ni Ana ang malungkot na kalagayan ng mga tao. Muling nasubok ang kanyang kakayahan sa pakikipagkapwa-tao. Hindi lang siya basta nag-abot ng tulong. Tumulong din siya sa pag-oorganisa ng pila at pagpapakalma sa mga batang natatakot. Napansin ni Miggy ang ginagawa ni Ana, kaya naman agad siyang sumunod at nagdala rin ng mga pagkain at tubig. Ang simpleng inisyatiba ni Ana ay nagging dahilan ng isang mas malaking kilusan sa kanilang komunidad. Napagtanto ni Ana na ang pagtulong ay hindi kailangang maging magarbo. Minsan, ang pagbibigay ng iyong oras, pakikinig sa hinaing ng iba, o ang pagbabahagi ng bunga ng iyong pinaghirapang kasanayan ay sapat na upang makapagpabago ng araw ng isang tao.

Sa kanyang pag-uwi nang gabing iyon, pagod man ang katawan ni Ana, punong-puno naman ng kapayapaan ang kanyang isip. Ang kanyang "Buong Taon na Plano" ay nagkaroon ng mas malalim na kahulugan. Napagtanto niya na ang pag-unlad ng sarili ay nagiging mas makabuluhan kapag ito ay nagagamit sa paglilingkod sa iba. Ang pagtulong ni Ana ay hindi lang nagbigay ng ginhawa sa mga biktima, kundi nagpaalala rin sa kanya na sa gitna ng paghahabol natin sa ating mga pangarap, huwag nating kakalimutang lumingon at umalalay sa mga taong nadapa sa daan.

Dahil sa karanasang ito, naging bahagi na ng kanyang routine ang maglaan ng bahagi ng kanyang kinikita at oras para sa mga charity programs. Ang sining ng pagtulong ay naging huling piraso ng puzzle sa kanyang paghahanap ng balanseng buhay, isang buhay na hindi lang para sa sarili, kundi para sa ikabubuti ng mas nakararami.

Exercises:

I. Bokabularyo: Punan ang Patlang (Fill in the Blanks)

Piliin ang tamang salita mula sa kahon.

[hygiene | kasanayan | makabuluhan | tadhana | kapalit]

1. Ang pagtulong ay mas __________ kapag ito ay nagmumula sa puso.

2. Nagbigay si Ana ng mga sabon dahil mahalaga ang __________ sa evacuation center.

II. Pagsusuri ng Sitwasyon (Logic Match)

Panuto: Iugnay ang problema sa tamang tulong na ibinigay ni Ana.

Problema	Tulong ni Ana
3. Kakulangan sa panlinis ng katawan	(a) Pagbibigay ng lumang damit
4. Takot na nararamdaman ng mga bata	(b) Pagdo-donate ng organikong sabon
5. Maraming kalat na gamit sa aparador	(c) Pagpapakalma at pakikipaglaro

Story 38: "Parang iba ang araw na ito?"

Sa pagmulat ng mga mata ni Ana, nakita niya ang sikat ng araw sa kanyang bintana. Ang umagang ito ay hindi maingay. Walang tunog ng mga busina ng sasakyan sa kalsada. Ang hangin na pumapasok sa kanyang kuwarto ay malinis at malamig. Habang dahan-dahan siyang bumabangon, naramdaman niya na magaan ang kanyang katawan. Hindi siya pagod. Hindi siya malungkot. Tiningnan niya ang kanyang sarili sa salamin at ngumiti. "Parang iba ang araw na ito?" mahina niyang tanong sa kanyang sarili.

Tiningnan ni Ana ang kanyang paligid. Ang kanyang mesa, kung saan siya nagtatrabaho gamit ang laptop ay napakaayos na ngayon. Wala na ang mga kalat na papel at mga kable. Sa ibabaw ng mesa, nakita niya ang kanyang notebook na may titulong "Buong Taon na Plano." Binuksan niya ito at binasa ang kanyang mga layunin. Marami na siyang nagawa. Nakasulat doon ang tungkol sa kanyang ehersisyo, pagtitipid, at ang paggawa ng sabon. Noon, ang mga ito ay plano lang, pero ngayon ay totoo na ang mga ito. Wala na ang nagmamadaling Ana. Ngayon, siya ay isang babaeng marunong mag-enjoy sa bawat minuto.

Dahil sa kanyang trabaho sa *work-from-home* setup, nakakausap niya ang kanyang mga katrabaho at boss sa computer. Napansin nila ang malaking pagbabago kay Ana. Mas mabilis na siyang sumagot sa mga tanong at mas madali na siyang tumawa. Ang kanyang boses ay malakas at may kumpyansa. Ito ay dahil sa kanyang disiplina sa pag-punta sa gym at pagkakaroon ng sapat na tulog. Ang mga dating problema niya, tulad ng mahinang internet o mga pakiusap ng kapitbahay na hindi niya matanggihan, ay hindi na nagbibigay sa kanya ng stress. Ngayon, alam na niya kung paano magsabi ng "hindi" nang mabait at magalang. Mahal na niya ang kanyang sarili at ang kanyang oras.

Habang nagluluto siya ng kanyang almusal at nagtitimpla ng kape, naisip ni Ana ang tungkol sa mundong labas. Ang mundo ay maingay pa rin at puno ng mga hamon. Ngunit nalaman niya na ang tunay na nagbago ay ang kanyang puso at isipan. Ang mga buwan ng pag-eehersisyo, ang pag-iipon ng pera para sa kanyang pamilya sa probinsya, at ang kanyang bagong talento sa paggawa ng sabon ay nakatulong upang maging matatag siya. Ang lahat ng hirap niya noon ay may magandang bunga na ngayon.

Ang pakiramdam na ito ay nagbigay kay Ana ng malaking pag-asa. Alam niya na kahit may dumating na ulan o problema sa biyahe, kaya niya itong harapin. Ngayon, marunong na siyang magpasalamat sa maliliit na bagay. "Parang iba ang araw na ito?" muli niyang itinanong. Ang sagot niya sa kanyang sarili ay, "Oo, dahil mas mabuting tao na ako ngayon kaysa kahapon."

Natutunan ni Ana na ang pagbabago ay hindi kailangang mabilis. Hindi kailangan ng malaking sorpresa. Minsan, gigising ka na lang sa isang tahimik na umaga at mararamdaman mong masaya ka na. Ang lahat ng pagsisikap niya at pagtitiis ay nag-ugnay-ugnay na. Ngayon, siya na ang bersyon ng kanyang sarili na matagal na niyang pinapangarap. Ang araw na ito ay isang regalo para kay Ana—isang regalo para sa isang babaeng matapang sumubok ng bago, marunong tumanggi sa abala, at marunong magpahalaga sa sariling buhay.

Exercises:

Panuto: Isulat ang **T** kung ang pahayag ay tama ayon sa kuwento at **M** kung ito ay mali.

1. ______ Ang mesa ni Ana ay magulo pa rin at puno ng mga kable ng laptop.
2. ______ Napansin ng kanyang boss at mga katrabaho ang positibong pagbabago sa kanyang boses at trabaho.
3. ______ Natutunan na ni Ana kung paano tumanggi sa mga abala nang may paggalang at kabaitan.
4. ______ Para kay Ana, ang tunay na pagbabago ay kailangang mangyari nang mabilis at biglaan.
5. ______ Ang lahat ng hirap, pag-iipon, at pag-eehersisyo ni Ana ay nagkaroon ng magandang bunga sa huli.

Story 39: "Noon at ngayon"

Habang tahimik na nakaupo si Ana sa kanyang workspace, nahanap niya ang isang lumang album sa ilalim ng kanyang mga notebook. Habang binubuklat niya ang mga pahina, napatingin siya sa isang litrato noong bagong dating pa lang siya sa siyudad. "Noon at Ngayon," bulong ni Ana sa kanyang sarili habang inihahambing ang dalawang bersyon ng kanyang buhay. Ang litratong iyon ay paalala ng isang panahong puno siya ng takot at pag-aalinlangan.

Noon, takot si Ana sa ingay ng Maynila. Tuwing lalabas siya ng bahay, madali siyang maligaw at lagi siyang kinakabahan sa pakikipag-usap sa ibang tao. Ang kanyang buhay palaging may problema at hindi niya alam kung paano itatapon ang stress mula sa trabaho. Maging ang lungkot dahil malayo siya sa kanyang pamilya sa probinsya. Naalala niya ang mga gabing umiiyak siya dahil sa tagas ng kisame at ang pakiramdam na hindi niya kaya ang pressure ng pagiging isang *work-from-home professional*. Noon, siya ay isang mahiyain na probinsyana na laging nagsasabi ng "oo" sa lahat dahil takot siyang makasakit ng damdamin ng iba.

Ngunit ngayon, tinitingnan ni Ana ang kanyang sarili sa salamin at nakakakita siya ng isang matapang at matalinong babae. Ang "Noon at Ngayon" ay naging simbolo ng kanyang mahabang biyahe ng pagbabago. Ngayon, marunong na siyang mag-budget ng kanyang pera at disiplinado na siya sa kanyang "Buong Taon na Plano." Hindi na siya natatakot sa mga teknikal na problema sa computer dahil pinag-aralan niya ang mga bagong *digital skills*. Higit sa lahat, natutunan na niya ang sining ng pagtatakda ng hangganan, ang pagsasabi ng "hindi" nang magalang kay Aling Marites o sa kahit kanino nang hindi nakakaramdam ng guilt.

Ang mga hirap na dinanas niya noon, tulad ng naantalang biyahe sa ulan o ang "tiis ganda" na pag-eehersisyo sa gym ang naging mga hagdan upang marating niya ang kanyang kinalalagyan ngayon. Ang dating mahinang katawan ay malakas na ngayon; ang dating magulong isip ay payapa na. Ang kanyang munting negosyo ng paggawa ng sabon at kandila ay patunay na ang kanyang pagkamalikhain ay wala nang takot na sumubok ng mga bagong bagay. Ang bawat patak ng pawis sa gym at bawat sakay niya sa traysikel sa probinsya ay bahagi ng kanyang pag-unlad.

Dahil sa repleksyong ito, lalong nagpasalamat si Ana sa lahat ng taong naging bahagi ng kanyang buhay. Nagpasalamat siya sa kanyang pamilya para sa pagmamahal, kay Miggy at Bea para sa masayang samahan, kay Lina para sa inspirasyon, at kahit kay Aling Marites na nagturo sa kanya ng pasensya. Ang bawat tao at karanasan ay may mahalagang papel sa kanyang pagbabago. Ang paghahambing ng "Noon at Ngayon" ay hindi para malungkot sa mga pagkakamali ng nakaraan, kundi para maging proud sa matatag na bersyon ng kanyang sarili sa kasalukuyan.

Napagtanto ni Ana na ang buhay ay isang tuluy-tuloy na biyahe ng pag-aaral. Hindi ito tungkol sa pagiging perpekto, kundi tungkol sa pagiging mas mabuti kaysa kahapon. Ngayon, habang isinasara niya ang lumang album, alam ni Ana na handa na siyang harapin ang hinaharap. Hindi na siya ang babaeng nagtatago sa dilim dahil siya na ay isang babaeng may malinaw na direksyon, puno ng pag-asa, at may pusong marunong lumingon sa pinanggalingan habang taas-noong naglalakad patungo sa kanyang mga pangarap.

Exercises:

I. Ang Timeline ng Pagbabago (Sequencing)

Panuto: Ayusin ang mga mahahalagang yugto ng buhay ni Ana mula sa simula hanggang sa huli. Isulat ang bilang **1 hanggang 6**.

_____ Nag-enrol sa seminar ng paggawa ng sabon at kandila upang magkaroon ng "side business."

_____ Nakaramdam ng matinding burnout at "balde ng problema" dahil sa gulo sa pamilya at trabaho.

_____ Isinulat ang "Buong Taon na Plano" sa isang makulay na notebook noong Enero.

_____ Nag-uwi ng mga gamot sa probinsya at sumakay ng traysikel patungo sa bayan.

_____ Isang mahiyain na probinsyana na laging nagsasabi ng "oo" sa lahat ng pakiusap.

_____ Matapang na tumanggi kay Aling Marites upang unahin ang sariling schedule at mental health.

II. Pagsusuri ng Pagkatao (Character Mapping)

Panuto: Kilalanin ang mga taong nakasama ni Ana sa kanyang biyahe. Iugnay ang tauhan sa tamang deskripsyon sa kabilang hanay.

Tauhan	Papel sa Buhay ni Ana
1. Aling Rosa	(a) Ang matalik na kaibigang nagbigay ng inspirasyon mula sa ibang bansa.
2. Lina	(b) Ang boss na nagturo sa kanya ng kahalagahan ng komunikasyon.
3. Miggy	(c) Ang ina na inalagaan ni Ana sa probinsya.
4. Aling Marites	(d) Ang masayahing kaibigan na nag-imbita sa kanya sa Isla de Selina.
5. Alex	(e) Ang kapitbahay na humiram ng plantsa at nagturo sa kanya ng sining ng pagtanggi.
6. Gng. Reyes	(f) Ang kaibigang nag-imbita sa kanya sa isang birthday party.

Story 40: "Ang Bagong Simula"

Sa bawat pagsasara ng isang aklat, may isang bagong pahinang naghihintay na masulatan. Para kay Ana, ang huling pahina ng kanyang makulay na notebook ay hindi lamang katapusan ng isang taon ng pagtitiyaga, kundi ang simula ng isang mas malawak na abot-tanaw. Hawak ang kanyang bolpen, tiningnan niya ang makapal na notebook na naging saksi sa kanyang mga luha, tawa, at tagumpay bilang isang work-from-home professional. Ang titulong isinulat niya sa huling bahagi ay maikli ngunit makapangyarihan: **"Ang Bagong Simula."**

Habang binabalikan niya ang mga unang pahina, hindi niya mapigilang mapangiti. Naalala niya ang bersyon ng kanyang sarili na "Noon", ang babaeng takot sa ingay ng Maynila, ang babaeng muntik nang malunod sa kanyang mga problema. Ito ay nagsimula sa tumatagas na kisame at sabay-sabay na deadline. Naalala niya ang takot na sumubok ng bago, tulad ng paggawa ng sabon o ang pagsasabi ng "hindi" kay Aling Marites. Ngunit ngayon, ang mga takot na iyon ay napalitan na ng kumpyansa. Ang maling bus na nasakyan niya noon ay hindi na isang pagkakamali sa kanyang paningin, kundi isang mahalagang bahagi ng kanyang biyahe na nagturo sa kanya ng pasensya.

Ang kanyang buhay sa siyudad, na dati ay tila isang malaking pagsubok ay itinituring na niya ngayong tahanan. Hindi na siya naliligaw, hindi lang sa mga kalsada ng kanilang barangay o sa malawak na lugar ng Makati, kundi maging sa sarili niyang mga pangarap. Ang bawat karanasa ay mula sa masayang island hopping nila Miggy sa Isla de Selina, hanggang sa emosyonal na pagbabalik ng kanyang matalik na kaibigang si Lina, ay nagdagdag ng kulay sa kanyang pagkatao. Ang bawat patak ng pawis sa gym sa ilalim ng kanyang mantra na "tiis ganda" ay nagbunga ng lakas na hindi lamang pisikal, kundi mental at emosyonal.

Ngayon, mas handa na si Ana para sa mga susunod na hamon. Plano niyang magpatuloy sa kanyang mga layunin nang may mas mataas na antas ng disiplina. Gusto niyang kumuha ng mas mataas na posisyon sa kanyang trabaho. Hindi na siya natatakot sa mga bagong *computer skills*; sa katunayan, nagpaplano siyang mag-aral ng karagdagang kurso sa gabi tungkol sa digital marketing upang lalong mapalago ang kanyang munting negosyo ng mga organikong sabon at kandila. Ang kanyang pagiging isang *adult learner* ay naging susi upang mabuksan ang mga pintuan ng oportunidad na dati ay inaakala niyang para lamang sa iba.

Sa probinsya, ang kanyang pamilya ay proud na proud sa kanya. Ang mga gamot na naipadala niya at ang mga simpleng tulong sa oras ng pangangailangan ay patunay na kahit malayo siya, ang kanyang puso ay laging naroroon. Ang traysikel na sinasakyan niya patungong bayan ay naging simbolo ng kanyang pagpapakumbaba—na kahit gaano pa kalayo ang marating niya sa karera, hinding-hindi niya kakalimutan ang kanyang pinagmulan.

Isang madaling araw, habang nakaupo si Ana sa kanyang paboritong *window seat* at pinapanood ang dahan-dahang pagsikat ng araw sa likod ng mga gusali sa siyudad, naramdaman niya ang isang uri ng kapayapaan na dati ay pangarap lamang. Napagtanto niya na ang "bagong simula" ay hindi lamang nangyayari tuwing unang araw ng Enero o sa paglipat ng bagong notebook. Ang bagong simula ay nangyayari sa bawat pagmulat ng mata, sa bawat pag-inom ng mainit na kape, at sa bawat desisyong piliing maging mas mabuti kaysa kahapon.

Sa pinakahuling pahina ng kanyang notebook, sa ilalim ng lahat ng kanyang mga *check marks* at mga natupad na pangarap, isinulat ni Ana ang mga salitang ito nang may paninindigan: **"Salamat sa lahat ng aral. Handa na ako sa susunod na kabanata."**

Ang kanyang kuwento ay hindi dito nagtatapos. Ang notebook na ito ay isa lamang sa maraming serye ng kanyang buhay. Dala-dala ang mga aral ng nakaraan, ang sining ng pagtatakda ng hangganan, ang tapang na sumubok ng bago, at ang halaga ng tunay na pagkakaibigan. si Ana ay handa nang humakbang patungo sa isang mas maliwanag at mas masayang hinaharap. Ang siyudad na dati ay kaaway, ngayon ay kanyang katuwang sa pagbuo ng isang buhay na puno ng bango, saya, at walang hanggang pag-asa.

Exercises:

A. Pag-unawa sa Binasa (Multiple Choice)

Piliin ang titik ng tamang sagot.

1. **Ano ang naging "saksi" sa mga luha, tawa, at tagumpay ni Ana?**

(a) Ang kanyang lumang computer.

(b) Ang kanyang makulay na notebook.

(c) Ang kanyang mga kapitbahay.

2. **Ano ang bagong kurso na planong aralin ni Ana sa gabi?**

(a) Pagluluto ng Adobo.

(b) Digital Marketing.

(c) Pagmamaneho ng traysikel.

3. **Para kay Ana, kailan nangyayari ang "bagong simula"?**

(a) Tuwing unang araw ng Enero lamang.

(b) Kapag lumipat sa bagong apartment.

(c) Sa bawat pagmulat ng mata at pagpili na maging mas mabuti.

4. **Anong katangian ang naging susi ni Ana upang mabuksan ang mga pintuan ng oportunidad?**

(a) Ang pagiging isang *adult learner*.

(b) Ang pagbili ng bagong kagamitan.

(c) Ang paglipat sa ibang bansa.

5. **Ano ang naging simbolo ng kanyang pagpapakumbaba at pag-alala sa pinanggalingan?**

(a) Ang kanyang digital marketing course.

(b) Ang pagsakay sa traysikel sa probinsya.

(c) Ang kanyang mataas na posisyon sa trabaho.

B. Bokabularyo: Punan ang Patlang (Fill in the Blanks)

Piliin ang tamang salita mula sa kahon.

[kumpyansa | oportunidad | abot-tanaw | katuwang | kabanata]

6. Ang huling pahina ng notebook ay simula ng isang mas malawak na

    __________.

7. Ang pagiging *adult learner* ay susi sa pagbukas ng mga __________ sa buhay.

8. Ang siyudad na dati ay kaaway, ngayon ay __________ na ni Ana sa kanyang pag-unlad.

9. Ang mga takot ni Ana noon ay napalitan na ng malaking __________ sa sarili ngayon.

10. Isinulat ni Ana na handa na siya para sa susunod na __________ ng kanyang buhay.

Enjoyed the Book?

If you found this book helpful, enjoyable, or encouraging, I'd truly appreciate your feedback.

A short review on Amazon helps:

- Other learners decide if this book is right for them
- Independent authors like me continue creating quality learning content
- This book reach more people who want to learn Tagalog

It only takes a moment

Simply **scan the QR code below** and you'll be taken directly to the Amazon review page.

You don't need to write a long review.

Even a **few honest words** make a big difference.

Thank you for your support.

Whether you leave a review or not, thank you for choosing this book and being part of your Tagalog learning journey.

Your support truly means a lot.

The Acquire A Lot team.

Conclusion

Thank you for reaching the final page of this book — and more importantly, for committing to your growth in Tagalog. Every story you've read, every exercise you've completed, and every new word you've understood represents real progress. Language learning is not built in a single day — it is built page by page, moment by moment.

This book is part 3 of a structured 5-book Tagalog learning collection designed to support you from absolute beginner level all the way to confident, independent reading. Each book plays a specific role in helping you move forward with clarity and purpose.

Four Progressive Short Story Books – Build Fluency Through Context

The remaining books are built around carefully graded short stories, allowing you to develop naturally through immersion. Each level is intentionally structured to challenge you just enough to grow without feeling overwhelmed:

1. Beginner
2. **Lower-Intermediate (You are here)**
3. Intermediate
4. Advanced

These books help you:

1. Absorb vocabulary through meaningful contex
2. Improve comprehension without constant translation
3. Reinforce grammar naturally through repetition
4. Develop reading speed and confidence
5. Strengthen real-world language intuition

By progressing through the series, you transition from understanding basic sentences to comfortably reading more complex narratives with fluidity.

A Learning System Designed for Real Progress

This series is designed around one powerful principle: language is best acquired through consistent exposure, context, and emotional engagement. Instead of relying only on memorization, you build familiarity through repetition and story-based immersion — one of the most effective ways to internalize a new language.

Whether you continue with the next level or revisit earlier lessons for reinforcement, remember that steady practice creates lasting results.

If you'd like to explore the rest of the collection:

Find all titles by searching on Amazon:

"Tagalog by Acquire A Lot"

Thank you again for choosing this book and investing in your language development. Your progress is the result of your effort and persistence — and that is something to be proud of.

Keep reading.

Keep improving.

And most importantly, keep moving forward in your Tagalog journey.

Answer key

Story 1: Hay naku! Lunes na naman

1. Nagluto siya ng itlog at nagtimpla ng mainit na kape.
2. Dahil may mahabang pila sa sakayan patungo sa kanyang trabaho.
3. Mali ang project na ibinigay niya kaya galit na galit ang kliente.
4. Nagpaalam siya at dumiretso sa banyo para umiyak.
5. Ito ay "permanent work from home"

Story 2: "Kapitbahay Mong Puro Chismis"

1. (b) Market
2. (e) Partner (Boyfriend / Girlfriend)
3. (a) Boundaries / Limits
4. (c) Respect
5. (d) News / Information

Story 3: "Bakit Ngayon Ka Pa Nasira?"

1. Dahil naalala niyang may kailangan siyang tapusin na gawain para sa kanyang duty bukas.
2. Biglang namatay ang screen ng kanyang laptop at ayaw na nitong bumukas.
3. Humiram siya ng extra laptop sa kanyang kaibigan.
4. Sinabi niya ang totoo sa kanyang boss at humingi ng pasensya.
5. Isang bago at mabilis na laptop na binigay ng kanyang boss.

Story 4: "Ala-singko ng Umaga"

1. MALI (Paborito na niya itong oras ngayon)
2. TAMA
3. MALI (Kasing halaga ito ng physical health)
4. TAMA
5. TAMA

Story 5: "Ang Aking Nakagawian"

1. (b) Caramel Macchiato.
2. (b) Dahil nakakita siya ng lumang litrato.
3. (a) Noon ay ayaw niya itong gawin, pero ngayon ay itinuturing niya itong luho.
4. (c) Sa pamamagitan ng panonood ng mga video sa internet.
5. (b) Nakatutulong ito para marelaks ang kanyang isip pagkatapos magtrabaho.

Story 6: "Ang Manipis kong Wallet"

1. kinsenas
2. savings
3. commute
4. gastusin

5. sweldo

Story 7: "Ang mga kaibigan ni Ana"

Vocabulary:

1. (b) Observant
2. (a) Stability
3. (c) The life of the party.

Short Answer:

1. Pansit bihon at lumpiang shanghai.
2. Kay Bea, dahil nagbibigay siya ng lohikal at seryosong solusyon.

Story 8: "Ang paglalakbay ni Ana"

1. Lakas ng loob
2. Backpack
3. Pampang
4. Karatula
5. Sariwa

Story 9: "Sa isang sari-sari store"

1. MALI (Sari-sari store malapit kay Ana)

2. TAMA

3. MALI (Nagdesisyon siyang tumulong)

4. TAMA

5. MALI (Mas bumilis ang pagsisilbi)

Story 10: "Ang Postkard mula sa Sagada"

1. Premyo
2. Tahimik
3. Inspirasyon
4. Ginaw
5. Siyudad

Story 11: "Isang Hindi Pagkakaunawaan"

1. Sa pamamagitan ng chat, email, at video calls.

2. Dahil mali ang dokumentong naibigay ni Ana para sa pulong.

3. Iminungkahi ni Ana ang isang maikling video call upang linawin ang detalye.

4. Masyadong mabilis ang pag-uusap sa chat at hindi malinaw ang instruksyon.

5. Mahalaga ang pasensya at malinaw na komunikasyon sa work from home.

Story 12: "Tara, Baguio Tayo?"

1. (b) Invitation

2. (a) To convince

3. (d) Sweet

4. (c) Health

5. (e) Souvenirs / gifts.

Story 13: "Isang Araw sa Bangko"

Vocabulary :

1. (b) Numero sa pila

2. (a) Confused

3. (a) Stamped.

Short Answer:

4. Kuryente at tubig.

5. Dahil sa dedikasyon nito sa trabaho at kabaitan sa pagtulong sa matanda

Story 14: "Isang mahalagang dokumento"

(4) Tinawagan ni Ana ang kanyang kapitbahay para tignan ang kanyang lamesa.

(2) Naglakad si Ana sa ilalim ng mainit na araw papunta sa ibang gusali para sa clearance.

(5) Nakuha rin ni Ana ang kanyang Transcript of Records pagkatapos ng limang oras.

(1) Nakatanggap si Ana ng tawag mula sa kanyang dating paaralan tungkol sa dokumento.

(3) Napansin ni Ana na wala ang kanyang pitaka sa loob ng kanyang bag habang nasa counter.

Story 15: "Isang Araw sa Health Center"

    1. M

    2. T

    3. M

    4. T

    5. T

Story 16: "Ang Itinakdang Araw"

    1. (b) Interview

    2. (a) Salary

    3. (e) Will help

    4. (c) To handle / manage

    5. (d) Productivity

Story 17: "Unang Araw sa City Hall"

1. M

2. T

3. M

4. T

5. T.

Story 18: "Ang Tawag Mula sa Opisina"

1. (b)

2. (a)

3. (e)

4. (c)

5. (d)

Story 19: "Hindi Ko Matanggap ang Pagkakamali Ko"

1. T

2. M

3. T

4. M

5. T

Story 20: "Ang Ngiti ng mga Bata"

1. (b)

2. (a)

3. (b)

4. (c)

5. (b)

Story 21: "Isang Di-Inasahang Balik-Tanaw"

1. Mali

2. Tama

3. Tama

4. Mali

5. Tama

Story 22: "Ang Bigat ng Pag-iisa"

1. Opisina

2 Stress

3 Hinaing

4 Mantsa

5 Katapangan

Story 23: "Sa Likod ng Status: Tama ang Aking Hinala"

1. b

2. a

3. b.

4. Naging malayo ang **imahinasyon** ni Ana.

5. Mahalaga ang magtanong nang **direkta** kaysa bumuo ng maling akala.

Story 24: "Ang Balde ng Problema sa Gitna ng Pagsubok"

1. Mali

2. Mali

3. Tama

4. Mali

5. Tama

Story 25: "Biyahe Pauwing Probinsya

1. b

2. b

3. b

4. pasalubong

5. burnout

Story 26: "Ang naantalang biyahe"

1. Mali

2. Tama

3. Mali

4. Tama

5. Tama

Story 27: "Ang Biyahe Patungong Bayan"

Example sentences:

1. Traysikel: Sumakay si Ana sa traysikel.

2. Sariwa: Ang hangin ay napakasariwa.

3. Magsasaka: Masipag ang mga magsasaka doon.

4. Bayan: Pumunta siya sa bayan para mamili ng mga gulay.

5. Pangarap: May pangarap si Ana na maging manager sa isang kompanya.

Story 28: "Ang Hiwaga ng Isla de Selina"

1. bangkang de-motor

2. puti

3. mental health

4. hagdanan

5. Esmeralda

Story 29: "Ang Pagbabalik ni Lina"

1. Mali

2. Tama

3. Tama

4. Tama

5. Mali

Story 30: "Ang Buong Taon na Plano ni Ana"

1. maglalakad

2. kukuha

3. magtatabi

4. bibilis

5. Titingin

Story 31: "Kaya Ko Naman Pala: Ang Bunga ng Disiplina"

1. M

2. T

3. T

4. M

5. T

Story 32: "Tiis Ganda sa Pag-ehersisyo"

5 - Naging bahagi na ng kanyang *daily routine* ang pag-eehersisyo.

2 - Nagdesisyon si Ana na mag-enrol at pumasok sa gym.

3 - Nakaramdam si Ana ng matinding sakit sa kalamnan at binti noong unang linggo.

4 - Naging maayos ang kanyang *postyur* at nabawasan ang kanyang pagkapagod sa trabaho.

1 - Sinimulan ni Ana ang kanyang plano sa pamamagitan ng paglalakad-lakad lang sa subdivision.

Story 33: "Huwag kang matakot sumubok"

1. c

2. d

3. a

4. b

5. e

Story 34: "Maling akala sa kusina"

1. T

2. M

3. T

4. M

5. T

Story 35: "Ang Imbitasyon ni Alex"

Social Dilemma : (Subjective, based on story context):

1. Pupunta sandali (1-2 oras).

2. Gumawa ng personal na regalo.

3. Ang sapat na tulog at pagsunod sa sleep schedule.

4. Ang pagpapakita ng katapatan at pagtulong.

5. Answer may vary

Story 36: "Paano Magsabi ng "Hindi" nang Mabait"

1. magalang

2. kaluwagan

3. hangganan

4. maramot

5. notebook

Story 37: "Ang Pagtulong ni Ana"

1. makabuluhan

2. hygiene

3. b

4. c

5. a

Story 38: "Parang iba ang araw na ito?"

1. M

2. T

3. T

4. M

5. T

Story 39: "Noon at ngayon"

Sequencing:

5 - Nag-enrol sa seminar ng paggawa ng sabon at kandila upang magkaroon ng "side business."

3 - Nakaramdam ng matinding burnout at "balde ng problema" dahil sa gulo sa pamilya at trabaho.

2 - Isinulat ang "Buong Taon na Plano" sa isang makulay na notebook noong Enero.

4 - Nag-uwi ng mga gamot sa probinsya at sumakay ng traysikel patungo sa bayan.

1 - Isang mahiyain na probinsyana na laging nagsasabi ng "oo" sa lahat ng pakiusap.

6 - Matapang na tumanggi kay Aling Marites upang unahin ang sariling schedule at mental health.

Character Mapping:

1. c

2. a

3. d

4. e

5. f

6. b

Story 40: "Ang Bagong Simula"

Multiple Choice

1. b

2. b

3. c

4. a

5. b

Fill in the Blanks

1. abot-tanaw

2. oportunidad

3. katuwang

4. kumpyansa

5. kabanata